SOUTHERN VOICES

Southern Voices

Biet Dong and the National Liberation Front

MICHAEL ROBERT DEDRICK

Foreword by Christoph Giebel

UNIVERSITY PRESS OF KENTUCKY

Scholarly publisher for the Commonwealth,
serving Bellarmine University, Berea College, Centre
College of Kentucky, Eastern Kentucky University,
The Filson Historical Society, Georgetown College,
Kentucky Historical Society, Kentucky State University,
Morehead State University, Murray State University,
Northern Kentucky University, Spalding University,
Transylvania University, University of Kentucky,
University of Louisville, and Western
Kentucky University.

Editorial and Sales Offices: The University Press of Kentucky
663 South Limestone Street, Lexington, Kentucky 40508–4008
www.kentuckypress.com

Unless otherwise noted, photographs are from the author's collection.

Library of Congress Cataloging-in-Publication Data

Names: Dedrick, Michael Robert, author.
Title: Southern voices : Biet Dong and the National Liberation Front /
    Michael Robert Dedrick; foreword by Christoph Giebel.
Description: Lexington : University Press of Kentucky, [2022] | Includes
    bibliographical references.
Identifiers: LCCN 2022002145 | ISBN 9780813155951 (hardcover) |
    ISBN 9780813156040 (pdf) | ISBN 9780813156149 (epub)
Subjects: LCSH: Mặt trận dân tộc giải phóng miền nam
    Việt Nam—Officials and employees—Interviews. | Vietnam
    War, 1961–1975—Personal narratives. | Soldiers—Vietnam
    (Republic)—Personal narratives.
Classification: LCC DS559.5 .D436 2022 | DDC
    959.704/3092—dc23/eng/20220125
LC record available at https://lccn.loc.gov/2022002145

This book is printed on acid-free paper meeting
the requirements of the American National Standard
for Permanence in Paper for Printed Library Materials.

Manufactured in the United States of America.

  Member of the Association of
University Presses

This work is dedicated to the hundreds of refugee villagers killed in American and ARVN air strikes on May 7, 1968, in Phu Tho Hoa, near Plantation Road, Cholon, Saigon, next to the barracks for Company A, 519th Military Intelligence Battalion.

In war, truth is the first casualty.
—Aeschylus

It is clear now, although then obscured by American
ideological perceptions, transitory GVN successes, and the
communists' own weaknesses, that the Viet Cong succeeded
by exploiting the social and economic legacy of the colonial
period. Only a collapse of communist will to win could have
altered the outcome, and that will never faltered. The North
Vietnamese tanks rolling into Saigon on 30 April 1975 sealed
a victory that the Southern insurgents had won more than a
decade before.
—Thomas L. Ahern Jr., *Vietnam Declassified*

Contents

Photos follow page 92

Foreword

Born of the author's desire to find answers to lingering questions from wartime service and its scope greatly enhanced by a chance encounter in front of the old Saigon Post Office, this book on the Biet Dong (Special Forces) of Vietnam's Southern National Liberation Front (NLF) is nothing less than a revelation. The interviews with surviving former Biet Dong members that Mike Dedrick has conducted are chock-full of important insights and fascinating details that significantly contribute to our understanding of Southern Vietnamese revolutionaries. To this day, and with only a few notable exceptions, the fields of Vietnam Studies and Vietnam War Studies are largely lacking serious engagement with the Southern resistance. This is all the more surprising since Southern revolutionary nationalists provided the backbone to the nearly two-decades-long struggle waged by the communists and their allies. Indeed, without them, the victory of Vietnamese revolutionary nationalism in 1975 would have been impossible. Yet, after 1975, historical accounts have systematically marginalized the NLF and its Southern loyalists. They inconveniently stood in the way of simplistic US and anticommunist Vietnamese narratives of a binary conflict—putatively between discrete political entities labeled "North Vietnam" and "South Vietnam"—while also threatening to weaken the Northern-centric triumphalist claims of the Vietnamese Communist Party (VCP). *Southern Voices* will help correct this long-imbalanced historical record.

In the interviews, ably translated into English, the reader will learn intriguing details about the Biet Dong's organizational structure, their extreme secrecy and compartmentalization, and their operational duality of careful foundational planning and rapid, ad hoc deployment. The recollections contain glimpses of the sheer courage and mentality of sacrifice among Biet Dong members, their revolutionary-nationalist motivations, and their biographical and familial roots in long-established anti-colonial, anti-imperialist, and social revolutionary networks in Southern Vietnamese society, particularly outside urban, upper-class milieus. Additionally, the number of female Biet Dong is surprising and will contribute to historical analyses of the war that are more receptive to questions of gender. Along the way, the reader will also learn in very dramatic fashion about concrete historical events, not the least being the offensive of Tet Mau Than (lunar New Year 1968), and the mistreatment suffered by surviving Biet Dong in captivity. Beyond these aspects that a foreword can only selectively highlight, there is much more in this book that readers with serious interests in the Vietnam War or modern military history, particularly asymmetrical warfare, will find fascinating and illuminating.

Thanks to Mike Dedrick's persistence in reaching out to former enemies and bringing their stories to the attention of an English-language public, this book on the Southern Vietnamese Biet Dong will invariably change the ways we will narrate and interpret the long history of violent conflict in Vietnam.

Professor Christoph Giebel
Henry M. Jackson School of
International Studies and Department of History
University of Washington–Seattle

SOUTHERN VOICES

Introduction

The Vietnamese called it the American War; the Americans called it the Vietnam War. At the center of that war was the Tet Offensive of 1968, called Tet Mau Than by the Vietnamese. The defining battle of Tet was the attack on the American embassy in Saigon, where sixteen Biet Dong ("Rangers," special assault forces), including a man named Ba Den, blew a three-foot hole in the impregnable embassy wall, entered the compound, and engaged in a six-hour firefight that left thirteen attackers dead along with five US soldiers. For Americans, the cataclysmic shock of the country-wide Tet attacks, and particularly the embassy attack, were a turning point in their support of the war, especially after the often-repeated promise of "the light at the end of the tunnel" that predicted victory.

In 1968 I was an analyst/interrogator-linguist, part of Company A, 519th Military Intelligence Battalion, 525th Military Intelligence Group. I worked out of a joint US-Vietnamese prisoner of war compound called the Combined Military Interrogation Center (CMIC), located in Cholon, Saigon, down the street called Plantation Road from Company A, near the Phu To Hoa racetrack.

In February of 1968, while on night duty at CMIC, I was assigned to interrogate a wounded POW, Ba Den, who was one of the Biet Dong commanders and one of three survivors of the embassy attack. It was because of that interaction, and the significance of the Tet attacks—especially the Saigon attacks, and in particular the attack on the US embassy—that I returned to Vietnam in 2013 after an absence of forty-five years. I wanted to see if Ba Den was still alive and to meet this now famous soldier. This trip also included Hue, the Perfume River, Da Nang and the Cham ruins and museum, Hanoi, and Ha Long Bay.

I had some anxiety about returning to Vietnam, but that was soon relieved with my first experience with the look and feel of Saigon (now officially called Ho Chi Minh City) and my contact with the Vietnamese people. The first thing I did the morning after my arrival was to take a pedal-powered cyclo over to my old Company A, 519th Military Intelligence Battalion, barracks and to our Combined Military Interrogation Center compound. At both locations there was absolutely no evidence of the former US military presence. Both locations had been completely engulfed with the urban growth of Saigon, growing from a population of less than 2 million in 1968 to over 8 million in 2013.

Traffic was heavy in the city, with lots of motorcycles, but there was a huge change in tension from 1968, when our battalion motor pool exit sign had read: "You are about to enter the most dangerous area of Vietnam: Saigon traffic." Our battalion had several casualties from that period—traffic accidents and grenade or small arms attacks on vehicles. Driving in traffic was often managed with one hand on the wheel and the other on a rifle or pistol in one's lap. Americans then were impatient, angry, stressed, fearful, and arrogant, trying to push their military vehicles through traffic with little or no regard for Vietnamese rights or cultural differences. I saw none of that now, with traffic heavy but not chaotic, with few Americans, and with the feel of a city that was now vibrant, dynamic, clean, and orderly in its own fashion.

After Vietnam, I was active with Vietnam Veterans Against the War (VVAW), serving as a regional coordinator of Washington State in 1971–1972. Before this trip I had the revelation that some old VVAW Winter Soldier newspapers and some VVAW patches and buttons, along with some Veterans for Peace patches and buttons, would be of interest (and an interesting introduction) to the War Remnants Museum, especially coming from a former American soldier. Before going over to the museum, I had the foresight to write out in Vietnamese a short biographical introduction explaining the point of my visit. I kept it simple, as my Vietnamese was pretty rusty after a lapse of forty-five years. Here is the English translation: "I am an American, and I was in Vietnam in 1967–1968. I was an American sergeant. After I returned from Vietnam I worked for peace. I was angry and very sad about the war. I joined Vietnam Veterans Against the War. I have some newspapers of VVAW that I want to give to the museum."

I went over to the museum, introduced myself to the staff there, showed my introduction in Vietnamese, and asked for a meeting. The two women I spoke with were very courteous and promised to get back to me. I gave them my hotel and room number. One of the women gave me the *wai* or *namaste* gesture—hands clasped together with a slight bow, not something Vietnamese commonly do, but a sign of respect, usually for elders (that would be me, at sixty-eight); it was an acknowledgment I was not expecting, and I was very touched. That evening the secretary for the director, a woman speaking good English, called and said the director, Huynh Ngoc Van, also a woman, would see me the next day at 10 a.m.

I arrived at the museum and was immediately shown inside to a small conference room. A few minutes later Mrs. Van came in with her English-speaking interpreter, although Van's English was very good. She graciously thanked me for coming and I gave her a little more background on myself and VVAW and VFP. When we were talking about the war, she said that the American soldiers were young and needed reconciliation. I gave her VVAW newspapers and some buttons and patches from VVAW and VFP. After signing multiple invoices acknowledging receipt of the papers/buttons, Van told me about the upcoming fortieth anniversary of the Paris Peace Accords (1973) and the special exhibition planned. Van asked for some more biographical information on me and VFP and VVAW, and also asked for other artifacts, including posters that would illuminate the work of VVAW and VFP. She said they would like to include some of this information in their fortieth anniversary special exhibition in March, and I promised that I would send the biographical info and any other material she might think useful. A staff photographer took pictures, including some with my camera, and Van gave me a T-shirt, a cap, and a beautiful button, all with the museum logo, which is a picture of a white dove superimposed over bombs. She also gave me a copy of *Speak Peace,* a collection of American writers, including veterans, who wrote poetry inspired by Vietnamese children's paintings on war and peace. With it, she gave me companion postcards of images that were printed in the book. The project was sponsored, in addition to the museum, by Soldier's Heart and the Wick Poetry Center at Kent State. It is a very powerful and moving collection.

After my visit to the museum, I went to the *buu dien,* the old central French-built post office, sat in the vaulted ornate lobby under the benevolent gaze of Uncle Ho, watched the tourists, and cooled down. I walked outside and was accosted by an older Vietnamese man, Le Van Tay, who insisted on telling me in a somewhat surreal conversation in French,

Vietnamese, and English about his life and his work with the French and American armies, and showed me his wallet of pictures. I told him of my time during the war. We gabbed for a half hour or so and he told me of another Michael, an American, who spoke excellent Vietnamese and was often at the *buu dien* taking pictures and hanging out. Our conversation ended, and I walked away, but he came rolling over to me on his motorbike, pointed, and said: "There is the Michael I was talking about." I walked over, and Michael started talking to me in Vietnamese. I quickly said in Vietnamese: "Toi hieu tieng Viet, nhung khong kha lam," which means "I understand Vietnamese, but not very well." We switched to English, and Michael told me he had been living in Vietnam for twenty-five years. He had a Vietnamese-American wife, took photographs, and used to work for the state-run oil/gas corporation. I told him of my part in the war, and in particular my interest in finding Ngo Van Giang, also known as Ba Den, whom I had met as an analyst/interrogator-linguist working at CMIC. After our conversation and exchanging email addresses, I returned to my hotel. Later that evening I received an email from Michael with several links, including a 2009 thesis presented by Major Robert O'Brien to the US Army Command and General Staff College, Fort Leavenworth, Kansas, in partial fulfillment for his master's degree in military art and science. The thesis was on the 1968 Tet attack on the US embassy, and one of Major O'Brien's citations in his bibliography was CMIC report # US 540-68, prepared by Specialist 4 M. R. Dedrick, March 12, 1968. Yours truly. That this information was on the web and was publicly available was astounding to me, especially as the report was on the former NLF POW Ba Den, whom I had come to Vietnam specifically to find. Michael also told his friend and former coworker, Nguyen Trong Hung, about my interest in Ba Den, and Hung, a member of the Communist Party, said he would look into the whereabouts of Ba Den.

Through his father-in-law, a retired former military provincial commander, Hung found out that Ba Den, after surviving the embassy attack and years of imprisonment at the infamous prison at Con Dao, was killed in a traffic accident shortly after Liberation in 1978. Before leaving Vietnam, I bought a *bat huong,* an incense holder used for graveside ceremonies, and asked Hung and Michael to take it to Ba Den's grave, which was in a military cemetery, to pay my respects. That simple and unpremeditated gesture on my part opened some doors that otherwise might have stayed closed. Hung explained my story and project to some of the Biet Dong whom he now knew and set up an email address to begin a correspondence introducing me to these old soldiers.

My hope was to find out more information about the other Biet Dong embassy attackers and to learn their stories without any filters. I did not want to write yet another military history; rather, I envisioned a book of personal remembrances published in both English and Vietnamese.

Tracking these stories down was a complicated process because of the self-imposed secrecy of the Biet Dong organizations and the brutal facts of the war itself. Back in the United States, my research led me to the National Archives, which had declassified CMIC and other reports after 2003, including my own reports on Ba Den and the other two survivors of the embassy attack. The records, however, were often cursory, mostly military in scope, with little personal information. This lack of personal narrative led me back to Vietnam, with the active encouragement of Michael, Hung, and my newfound Biet Dong contacts via email.

When I returned to Vietnam in 2014, Hung arranged a meeting with the Saigon Gia Dinh Committee of Biet Dong. I met the group of six men in a small office on a Ho Chi Minh City military base. Their mission, as I understood it, was to keep track of past and living Biet Dong soldiers, provide a living historical record of the Biet Dong, and help with material support. After introductions, I explained through Hung that I wanted to find out more information on the embassy attackers, in addition to Ba Den. I confirmed the existence of the two other attackers who survived with the CMIC reports, which I gave to the committee. These men were known as Nguyen Van Sau and Dang Van Son, and they had disappeared into the infamous South Vietnamese prison system. Other than aliases, and some family names, the thirteen others slain in the attack were unknown. If Ba Den had been killed, he would have probably been as anonymous as his comrades. The secrecy of the Biet Dong was such that identities were known only to senior commanders, if at all, and only by aliases. Fellow soldiers in a given unit were strangers to each other and were employed in specific one-time operations. This compartmentalization, when paired with the Saigon government's deliberately anonymous burials of dead Viet Cong, has left virtually no physical record of these soldiers.

As I listened to the committee explain this, it became clear that writing about these dead ghosts was not realistic. The committee did explain, however, that there were other living Biet Dong who were involved with the Tet attacks on the Presidential Palace, central police headquarters, the National Radio Station, and the Military Assistance Command, Vietnam, headquarters at Tan Son Nhut Air Base, among other targets.

The committee offered me access to these former rangers, and I agreed, with the mutually understood provisions that any written material would be approved by the interviewees prior to publication. Hung and the committee said that it was to be my project with no censorship, the only requirement being that they received copies of the published results. This access was given in part because of the respect I had shown a year earlier in the gesture for Ba Den's grave and the fact that I was a former interrogator-linguist and American antiwar veteran who thought that their personal stories were important. For me as a former enemy, the generous and comradely reception I received from these NLF/Biet Dong soldiers was almost overwhelming and brought me very close to tears a couple of times.

We conducted eight interviews, including three women and two senior commanders, one of whom oversaw the network that included Pham Xuan An, a former *Time* magazine Saigon bureau chief and now one of the most famous spies who ever lived. Five of the soldiers were Biet Dong; the other three belonged to the National Liberation Front, called simply Mat Tran (the Front) by the Vietnamese resistance.

Once I convinced the soldiers of my sincerity, they openly related their stories. Four people assisted me as interpreters: three Vietnamese, including Hung, his wife Dung, and their daughter Huong, along with Michael. These sessions produced about fifteen hours of audio recordings, reworked with the permission of the sources. The narratives of these people are compelling because these recordings represent the first time that personal stories of Biet Dong history have been published in both English and Vietnamese.

The general outlines of these stories were not unfamiliar to me as a former combat soldier and interrogator, but for my interpreter collaborators, listening to certain details was traumatic, and persuaded them of the importance of having this historical record. The narratives were all different, but common threads tied them together: their personal identification with the long history of Vietnamese resistance to foreign aggression (in some families this went back a hundred or more years); the sense of moral outrage over the often brutal repression and reprisals to peasants and students by the government; the careless and indifferent destruction of villages and their inhabitants by the Americans; and the disrespect and ignorance shown to their culture. Several interviewees quoted Ho Chi Minh's famous remark: "Nothing is more precious than independence and freedom."

During the war, my daily contact with prisoners, interpreters, and villagers and also my language skills gave me an appreciation of Vietnamese society that most American soldiers did not have. I liked most Vietnamese and respected the prisoners I interrogated. I did not personally engage in torture, and I told my interviewees as much.

At no time was I aware of any rancor or anger directed at me personally; in fact, some sympathy was voiced toward US soldiers, especially draftees and Black Americans. Americans were generally admired for their principles of freedom and for their technological superiority. Any criticism usually focused on how the United States got involved in Vietnam in the first place and on the kill-anything-that-moves tactics the Americans employed in the war.

I took fifteen hours of audio home with me and composed a notice that I posted on the Vietnam Scholars Group (VSG) webpage moderated out of the University of Washington. I outlined the background of the project, and, since my Vietnamese language skills had lapsed after forty-five years, asked for pro bono translation help. I did not have the resources to pay translators, yet a dozen or so Vietnamese responded. Many wrote that they felt it to be their patriotic duty to help. These sentiments from mostly younger Vietnamese students and academics echoed those from the Biet Dong as to why they had joined the resistance against the government and the Americans.

One early responder to my VSG post was Le Thi Thuong, a Seattle-based Vietnamese American woman who had professional translation experience and was fluent in English. She was and remains an invaluable asset in this effort, along with Dung, Nguyen Trong Hung's wife.

On my return to Vietnam in 2017, Thuong was visiting relatives in Saigon, and our April visits overlapped by two days, which allowed her to meet the Biet Dong Committee. The project process had been to first transcribe the audio, which was in Vietnamese, and then translate that text into English. I then edited the interviews into readable and smooth narratives. These narratives were then translated back into Vietnamese, since the whole purpose of the project was to create a bilingual publication. I carried the Vietnamese narratives back to Vietnam with me, hoping with some trepidation that, after so many back-and-forth stages of translation and editing, they would actually match what the Biet Dong had told me.

Since my previous trip, Nguyen Huu Loi, one of the Biet Dong interviewees, had died. Although I only talked with him for a few hours, we had become friends immediately, partly because of our mutual respect, but perhaps more because of his outgoing and generous nature. He had given me a framed iconic mug shot photograph of himself and Nguyen Van Troi. It had been taken when they were captured, and the image included their stack of TNT explosives on a table in front of them.

Though not the oldest or youngest Biet Dong veteran at seventy when I interviewed him, Loi had by association become one of the most famous. He was captured, along with his partner Nguyen Van Troi, while attempting to blow up a bridge that Robert McNamara was traveling on during a visit in May 1964. Troi took the blame for the attempted attack, and the government in a tactical and strategic blunder executed him a few months later.

For his heroism he was awarded the Hero of the People's Armed Forces Award, an honor that was also given to Ba Den. He was and is one of the most revered and honored soldiers of the Southern resistance. Loi, meanwhile, was locked up in the infamous Con Dao Prison, eventually spending ten years there, enduring beatings and torture in tiger cages until freed by the Paris Peace Accords in 1974.

The oldest interviewees were Bay Son and Tu Cang, ninety-one and ninety-two, respectively, and both were lucid enough to read the narratives and correct them. Tu Cang, the more vigorous of the two, was particularly warm and welcoming. After the editing session he gave me some autographed books, and when we eased out to the courtyard for goodbyes, he held my hand in a gesture of friendship that surprised and pleased me with its familiarity. Our visit to Bay Son found him in a wheelchair but alert enough to listen to the narrative and offer a few corrections. He repeated his desire, as had several of the other Biet Dongs, to know where their comrades killed in the Tet Offensive were buried. I attempted to honor their requests: I contacted members of the US Military Police unit that eventually took charge of the embassy after the attack, the mortuary unit at Ton Son Nhut Air Base, and a former South Vietnamese colonel present at the embassy in the aftermath of the attack.

My inquiries stirred up some very tough memories for some of the military policemen who were the first units to respond to the attacks. The 716th Military Police Battalion was the first US unit to respond to the Saigon Tet attacks, and they sustained over seventy casualties, including several killed at the embassy. No one provided definitive information.

I understood the importance of honoring the dead in Vietnamese ancestor worship traditions, and I was disappointed that I could not help them resolve this issue.

Only the narratives of Le Hong Quan and Nguyen Duc Hoa had required much editing or additional information. I met again in 2017 with six of the eight people interviewed; with Nguyen Huu Loi deceased, it only left Le Hong Quan unmet on this trip, because she was attending to her 101-year-old mother in Can Tho. She submitted some poetry to be included in her piece. Le Hong Quan and her mother had both been imprisoned at Con Dao. Her mother, with the resistance since 1947, was arrested a few months after Quan was captured.

This time some of the interviews were filmed by a crew for Vietnam TV1, which included a fairly lengthy piece on me. Their main interest was the anomaly of an American antiwar veteran who had actually talked to one of their national heroes, Ba Den.

I paid another visit to the War Remnants Museum and was again graciously received. I wanted to give the museum the unedited audio files of my interviews for their archives. They thanked me and told me that they, too, had interviewed some NLF soldiers, and in particular had recorded the memories of some women soldiers.

The 2017 trip concluded with a visit to a safe house used by the Biet Dong, including the embassy attackers. I was warmly welcomed with genuine and emotional enthusiasm. Among the Vietnamese there to greet me was one of the sons of Ba Den, whose likeness to his father was astonishing, a virtual twin.

Hung and his wife, Dung, generously treated Mike Abadei and his wife, Hung's visiting relatives, and me to a dinner at the Hum Vegetarian Lounge in Saigon, for some of the best vegetarian food I have ever eaten. I closed out the day before an early flight to Inchon and then to Seattle with a visit to the top deck of the Majestic Hotel, made famous by Graham Greene as his last stop in his daily constitutional down the Rue Catanat, now called Dong Khoi. As a soldier occupied by the war and my duties, I had not had the time or money in 1968 to mingle with the journalists and generals that gathered nightly to watch the sunset. But on this trip in 2017, one year removed from the fiftieth anniversary of the Tet Offensive, I enjoyed the terrace of the Majestic, as Greene's protagonist Fowler did in *The Quiet American,* with "the cool wind from the Saigon River" in my face.

History of Biet Dong

The name Biet Dong translates in English to *Ranger,* although the Vietnamese Communist forces preferred the term *Special Forces.* Sometimes the term *commando* is used. (Bay Son, one of the Biet Dong commanders, referred to himself as "Chief Commando.") The organization and function of the Southern resistance Biet Dong do not bear much resemblance to the ARVN Rangers (Biet Dong Quan) or the US Special Forces, who were advisors and counterinsurgency specialists.

The Biet Dong in the South were urban, organized units that were clandestine and hiding in plain sight. Members included young, old, farmers, tradespeople, men and especially women, agents, spies, monks, students, intellectuals, and journalists. Their success was based on the support of the people, who provided food, safe houses, intelligence, transportation, and fighters. Party cadre and supporters worked as street vendors, taxi drivers, soldiers, and in other ordinary occupations that provided cover for their covert operations. Biet Dong members were highly patriotic, politically motivated, and very secretive, operating at the lowest level in three-person cells.

In operations, Biet Dong members often did not know each other: no family names were used, only aliases. The name itself, Biet Dong, was not known to ARVN or US intelligence, and the term *sapper* was often used incorrectly to describe these irregular units in interrogation reports. Although two interrogates captured during the Tet 1968 attacks on Saigon, Ba Den and Nguyen Van Sau, provided some information on the organization of the T700/C10 Sapper Battalion, the Americans had no general knowledge that the Biet Dong were discrete units or that they were major actors in Tet. There was, for example, no mention of the F100 unit commanded by Bay Son, whose narrative is included in this project. A survey of reports produced by the Combined Military Interrogation Center

(CMIC) in Cholon in 1967–1968 and several RAND Reports from 1969 and 1970, now declassified and available in the US National Archives, do not mention the name Biet Dong or provide any organizational details. This reflects my experience as an analyst and order of battle interrogator-linguist with CMIC in 1968. For example, the several reports on Ba Den done in the aftermath of the embassy attack during Tet, including my own, do not mention the term Biet Dong. It was not until my return to Vietnam, when I was introduced to the Biet Dong through the Biet Dong Saigon Gia Dinh Committee and subsequently interviewed eight former NLF soldiers, that the term became familiar.

Sapper units were combat units, with well-trained fighters, often heavily armed with RPD light machine guns, recoilless rifles, and mortars, that were usually engaged in deep penetration of enemy territory to attack and destroy tactical and strategic positions and installations. Until later in the war, sapper units were Northern-trained cadre, often composed of Southerners who went North after 1954 (Tap Ket). Their missions sometimes overlapped with Biet Dong objectives, but these units fundamentally differed in their roles. Biet Dong units were very compartmentalized: soldiers often did not know the identities of their fellow fighters. They were also very politicized: most of the interviewees were party members, and the units were trained to operate in urban areas. Although the weapons training of the Biet Dong combatants was not as thorough as that of the sappers, they were competent soldiers when called upon to fight. The examples of Le Hong Quan and Nguyen Duc Hoa, who were interviewed for this project, show how lightly armed, tenacious, and courageous soldiers could stand up to more heavily armed forces. The attackers of the US embassy showed the same resolve. However they compared to the sappers, the Biet Dong assault forces proved their proficiency in basic weapons, including assault rifles, rocket-propelled grenade launchers (RPGs), and explosives. Communist forces in Vietnam from village militias to PAVN (People's Army of Vietnam) divisions were typically equipped with these weapons. Although prior to 1967–1968 Southern revolutionary forces used a variety of captured French and American arms, including Soviet Bloc equipment, by 1968 the militias, Biet Dong, and PLAF (People's Liberation Armed Forces) units were equipped with standardized arms, including AK-47s, RPD light machine guns, 60 and 82 mm mortars, and B40 (RPG-2) rocket launchers. The AK and RPD weapons had the efficient advantage of using the same cartridges, and both the 60 and 82 mm mortars could use captured US rounds. The addition of plastic explosives, which were acquired on the black market or captured from US and ARVN units later in the war, provided a valued and powerful weapon. My own interrogation reports from November 1967 through November 1968 note this change in equipment. Shortly after the early 1968 offensives, PLAF forces also had the weapons noted above.

Using these readily available arms, the PLAF and PAVN soldiers showed how difficult it is to subdue a population that chooses to fight for political and geographical control of its own territory. The history of armed revolts in the twentieth and early twenty-first centuries is a history of rebellions using these basic weapons against larger and more heavily armed forces.

For the two Indochina wars, 1946–1954 and 1955–1975, these Vietnamese resistance fighters fought to a standstill the French and the Americans, who had superior numbers of troops, armored vehicles, tanks, complete air superiority, including air mobile helicopters, night vision capabilities, and an unlimited supply of bombs and artillery.

The example of the Southern revolutionaries, who provided the bulk of the oppositional manpower against the French and Americans until late in the Second Indochina War, was not lost on the many other nationalist and anticolonial struggles underway after the end of World War II, and perhaps has not been forgotten today. For the United States, in contrast, the anticolonial and nationalist opposition of the Vietnamese has not provided any military or political lessons learned, as its repeated failed interventions in the Middle East and elsewhere have shown.

The inspiration for Biet Dong fighters came from a deeply cherished historical mythology that enshrines a centuries-old Vietnamese tradition of opposition to foreign interference going back to the centuries of struggle against Chinese invasions and occupations, symbolized by the Trung sisters, and the legendary general Tran Hung Dao, who twice repulsed the Mongols in the thirteenth century. Nguyen Trai authored the Great Proclamation upon the Pacification of the Wu, a fifteenth-century declaration of resistance. Another great military leader, Le Loi, led the Lam Son uprising that bogged down China's Ming empire in a war that forced the great power's army, exhausted and humiliated, to withdraw.

Biet Dong members had more recent legends they could rely on for inspiration as well. The defeat of the French at Dien Bien Phu was another source of patriotic pride for revolutionary fighters. The Biet Dong militias, going back to 1945, developed operationally established guerrilla tactics and practices of small units, clandestinely organized. In this way, their urban attacks would send a clear message to opponents that revolutionary forces were everywhere and could attack at will. They used it successfully against the French, but to most damaging effect against the Saigon government formed after the Geneva Convention failure of 1954, and a decade later against the massive American intervention.

After 1945, with the reassertion of French colonial rule after World War II, the Southern Resistance Administrative Committee began organizing workers and peasants into armed militias and teams, including the Nguyen Thi Minh Khai female platoon, Tu Ve (self defense) unit, Quyet tu (suicide squad), and Special Forces in Saigon Cholon Gia Dinh. These civil armed forces, under various designations and command structures, led attacks on the reoccupying French forces. After the French defeat at Dien Bien Phu and their withdrawal, the forces turned their attention to the newly organized government of the Republic of Vietnam, with assassinations and attacks on police and military units, while also developing political organization and education.

From 1946 to 1960, the Saigon region was reorganized in a series of changes that clarified unit designations and command structures. In 1961, a conference of the Saigon Gia Dinh Military Zone focused on combining political struggle with armed resistance. This was part of a party strategy to return to a more aggressive military resistance. Later that year, in October, in an anonymous conference protecting the identity of each participant, the Party Zone Committee and the Military Region Command discussed the tasks, principles, and structure of the urban armed forces. In December, the Party Zone Committee divided the inner city into five wings, each of which was responsible for developing, among other things, Special Forces units. These Special Forces received support from the Military Region in the form of training and weapons. In 1963, four Special Forces units were founded: 65, 67, 69, and a reconnaissance team of the Army Intelligence Section. In 1964, Special Forces Units 66 and 68 were added. These units also operated in Binh Tan, Di An, Go Mon, Nha Be, and Thu Duc. Two naval sapper companies were deployed to the Saigon and Dong Nai rivers.

These new Special Forces units were immediately effective, with an attack mounted on the Kinh Do theater, an unsuccessful assassination attempt on Defense Secretary McNamara (detailed in the interview with Nguyen Huu Loi), the raid on the USS *Card,* an attack on the US Air Forces Club, the two Cararvelle Hotel bombings, an attack on the Brinks Bachelor Quarters, and, on March 30, 1965, the assault on the US embassy on Ham Nghi Street. Other attacks included the massive bombings of the Metropol and Victoria hotels. There were also incursions and mortar strikes on Tan Son Nhut Air Base that killed US and RVN soldiers and destroyed aircraft. (See the interview with Nguyen Thi Bich Nga.)

The Saigon Gia Dinh Military Zone Command formally established the Saigon Gia Dinh Special Forces unit designated F100, under the initial leadership of Nguyen Duc Hung. This unit provided the soldiers that led the attacks on the major targets of the 1968 Tet Offensive in Saigon, including the US embassy, Presidential Palace, General Staff, National Radio Station, national police, Tan Son Nhut Air Base, Chi Hoa Prison, and Navy High Command.

In the Tet Offensive of 1968, and in subsequent actions, the Biet Dong forces suffered heavy losses. Bay Son, the commanding officer of the F100 unit based in Saigon, estimated his losses at nearly one hundred combatants, including many headquarter staff who were thrown into the fight to make up for personnel shortages. With the losses of many senior cadres, safe houses, and the penetration of intelligence networks, the City Party Committee relocated outside the city, leaving skeleton Special Forces and sapper units to continue the resistance. This period lasted until 1972, a period marked by the increased use of female Special Forces, known in particular for their strikes near the Ban Co Primary School and the Korean base on Ly Thuong Kiet Street. For these actions three women Special Forces were later decorated as Hero of the People's Armed Forces: Doan Thi Anh Tuyet, Tran Thi Mai, and Nguyen Thi Thanh Tung. The three women Biet Dong interviewed for this project were also honored for their heroism. The women soldiers and supporters of the revolution were major factors in the victory in the American War.

Although there was heavy repression of revolutionary forces, by late 1972 the Southern Regional Headquarters reformed the Saigon Gia Dinh Military Zone to its pre-1968 status, including the establishment of Special Forces Unit 195. In the next two years the Special Forces and sapper units initiated fifty-five raids on RVN units. By August 1974, under the direction of COSVN (Van Phong Trung Uong Cuc Mien Nam), the Southern Region

Headquarters redesignated and integrated the Saigon Gia Dinh Region Headquarters with the City Armed Forces Headquarters and added sapper battalions to aid in the eventual defeat of RVN forces in the Saigon, Gia Dinh, area. By April 1975 Southern revolutionaries had reestablished control of dozens of villages and forced the abandonment of hundreds of ARVN outposts. Special Forces and sapper commanders, acting as pathfinders, directed the 203rd Brigade into Saigon. Female Special Forces combatant Nguyen Trung Kien guided the 24th Regiment to breach Tan Son Nhut Air Base, and female combatants led citizen militias to attack the headquarters of the RVN District 9.

On April 30, 1975, and in the months prior, it was local militias, main forces, Special Forces, sapper units, political cadres, double agents, local party leaders, and ordinary citizens who paved the way for PAVN units to make their triumphal entry through the gates of the Presidential Palace.

The personal narratives that make up this book contribute to an oral history of the Biet Dong. The interviews with Bay Son, commander of the Biet Dong Unit F100, based in Saigon, and Nguyen Van Tau (aka Tu Cang), commander of the H63 Intelligence Group, which provided intelligence to the units that attacked the US embassy and the Presidential Palace, among other duties, are especially important in this regard. At the time of their interviews both men had sixty-year pins for party membership.

Although the Biet Dong also operated in other cities, including Da Nang, Hue, and Can Tho, the discussion here is limited to the Biet Dong operations in the Saigon, Gia Dinh, areas. This is an appropriate reflection of the narratives in this project, since all of the soldiers interviewed operated in the Saigon, Gia Dinh, zone.

Saigon Gia Dinh Committee

Dear Mr. Michael Dedrick:

The Club for Special Armed Force veterans of Saigon Gia Dinh was established in August 1982 (with the Decision signed by the Chairman of Ho Chi Minh City's Fatherland Front Committee).

Reasons for the club foundation:

1. The Saigon Gia Dinh Special Force was founded very early, in the time of Vietnam's resistance against French colonialism; however, its dissolution took place right after the nation's reunification. Hence, there are still pending issues after the war for officials and soldiers, such as honoring and rewarding combat achievements, seeking and verifying information on cases of martyrs sacrificed in battles, injuries in combat, imprisonment, etc. These outstanding problems cannot be solved overnight but take time as well as a full legal entity to co-handle and solve. Solving such problems needs time and a proper legal entity to coordinate necessary actions and efforts.

2. The Saigon Gia Dinh Special Force had a long track record of fighting during the two resistance wars against the French and the US, and it was honored with the Combat Hero title by Vietnam's government and the Army. That tradition needs to be preserved, protected and spread to the younger generation for defending the Fatherland of Vietnam.

3. The task of the Club for Saigon Gia Dinh Special Armed Force veterans also aims at uniting all officials and soldiers, veterans

who fought and worked in the Saigon Special Armed Force, to join hands in helping each other, sharing difficulties in life, and making contributions to building the country after the war.

I hope the above information can somehow meet your requirements. Wish you and your family good health.

Best regards,
Nguyen Quoc Do

Tu Cang, NLF Senior Officer

Nguyen Van Tau—better known as Tu Cang—said: "The American weapons were very frightening, so we had to be persistent. I still get goosebumps thinking about it. The chemicals they sprayed destroyed all trees and weeds."

It was dusk by the time we arrived at Tu Cang's modest house. Our group included me, Hung, his wife, Dung, Muoi Than and his companion, a retired army officer, and another member of the Biet Dong Committee. It was another warm, pleasant evening and our meeting was held with the doors wide open to the small courtyard. We all sat at two long tables set end to end with Tu Cang and myself on the door side opposite each other. Tu Cang, a former colonel and now retired senior general, lived here with his eighty-five-year-old wife and a few other family members.

Hung made the introductions all around and was detailed in giving Tu Cang my background as a former interrogator in 1968 and later as an antiwar veteran. After Hung spoke, Dung, who sat at my right, did most of the translation. After I thanked Tu Cang, he asked me questions, mostly concerning my interests and motives for talking to him. As I had explained to most of the other Biet Dong whom I interviewed, I told Tu Cang that my interest was in his personal story, I was not necessarily looking for another history of the war, and that many Americans would welcome an opportunity to read unfiltered, personal Vietnamese history. Although somewhat reserved to begin with, Tu Cang attentively listened to my replies, and he warmed up to the interview as we went along.

Tu Cang was born in 1928 into a peasant family in Ba Ria City, Ba Ria-Vung Tau province. Although his family was poor, he showed that he was an excellent student, and the French granted him a seven-year scholarship at the Petrus Truong Vinh Ky High School, named after the famous

Vietnamese scholar and linguist Truong Vinh Ky, notable for his translation of *Tale of Kieu,* among other works. He continued:

> If it had not been for these scholarships, I would not have been able to go to school. The French colonial restrictions only allowed three elementary school classes in every village, and Petrus Ky was the only high school in the entire eastern region for Vietnamese. I was a good student, and at that time knew English as well as French.
>
> Later, my high school was displaced to My Tho because of the occupation by the Japanese army and the bombing by allied forces. I was only able to complete six years of my studies because I could not afford travel expenses to My Tho. I returned to my village and joined the Vanguard Youth in 1945. I was seventeen years old.

Tu Cang joined the Ho Chi Minh Young Pioneer Organization on August 25, 1945, and, together with the Young Pioneer forces, took control of the town of Ba Ria using sharpened bamboo poles and other simple weapons.

> We had no weapons and virtually started from zero. I was sent with over fifty Youth Pioneer members of Ba Ria province to learn how to use weapons, but there was only one rifle. It was October 1945 and the French were about to enter Ba Ria. Later on, after we were able to take rifles away from the French soldiers on Minh Dam Mountain, we discussed with each other the functions of different parts of a rifle. [At the time,] we could not even hit a target fifty meters away. The French soldiers were formally trained, so they were very good at using guns. They used bolt action MAS-36, and, later on in 1954, MAS-49s, a quite modern gun. Vietnam's farmer troops had little knowledge about guns, but after being trained in ideology and techniques, they defeated the professional French Army. It was the same in the Vietnam War. The US Army was large and armed to the teeth. In 1961, when I came here, Southern troops were not able to fight, but after being trained for two to three years, in 1963–1964, they won the battles of Binh

Gia, Ba Gia, Dong Xoai, and they had proposed a plan to capture Saigon. In May 1945, the French returned to Vietnam, and I acted as intelligence platoon commander of Ba Ria province. In 1953–1954, I was the intelligence commander of three districts—Can Giuoc, Can Duoc and Nha Be—and was garrisoned in the Sac Forest.

In 1954, after the victory at Dien Bien Phu, the Southern armed forces moved to the North, while the French allies moved to the South according to the Geneva Accords, and the Ben Hai River was chosen as the North-South border, temporarily dividing the two regions. Tu Cang went North, leaving his family and his wife, Tran Ngoc Anh, behind. He trained in intelligence and did not see his wife again until 1962.

Tu Cang participated in military training in the North until 1961. Having achieved the rank of captain, and following the formation of the NLF on December 20, 1960, he marched with the Phuong Dong 2 troop, a unit of one thousand soldiers, into the South. The unit traveled fast, taking only one hundred days to travel from the 17th Parallel to War Zone D in Bien Hoa province, usually eating only one liter of rice a day. They marched in secret and, to avoid detection by US and ARVN forces as well as ethnic minorities, kept to the mountaintops.

In the months before he went South, Tu Cang took a training course in Hanoi on intelligence operations. His prior intelligence experience in Ba Ria and his knowledge of French and English were a good background for the six-month training course, which included photography and film processing, writing, driving a motorbike, and firearms proficiency. He became an expert shooter with both hands.

In May 1962, I was assigned to manage an intelligence network that included Pham Xuan An, who was internationally praised as "the perfect spy" in the book by the same name. He was a correspondent for *Time* magazine and was its last bureau chief in Saigon just before reunification. There were two other agents and five female liaisons working in Saigon and around ten female liaisons in strategic hamlets. From 1961 to the end of Reunification Day on April 30, 1975, no one was exposed. Tam Thao, or Nguyen Thi Yen Thao, worked as a secretary for an American major who was an intelligence advisor to the Republic of Vietnam Navy. Thao worked directly with him to get documents. In the morning, I took Tam Thao to her workplace, and the American major took her back home in the afternoon. Tam Thao's parents took care of me when I was in Saigon. I had a different name during the war against the French and a different name against the Americans. Working in intelligence is like that. The book *Sai Gon–Mau Than, 1968* (Saigon–Tet 1968) features my biography and the US embassy attack by Ba Den.

As chief of the H63 Intelligence Group, in addition to agents in Saigon and agents in the network, Tu Cang was also responsible for a squad of troops defending the important Ben Dinh base in Cu Chi, near Saigon. US forces frequently attacked Cu Chi, using artillery, raids, and bombs. Of the forty-five men under his command at the time, twenty-seven were killed and thirteen wounded. Tu Cang was wounded in the stomach and leg, becoming a level-two veteran.

The first place in the South where B-52 bombers were used was Long Nguyen (Northern Ben Cat War Zone). The United States used B-52s nine times there, launching three B-52s each time. Before 1965 there were notable NLF victories, including the Battle of Ap Bac in 1963 and Dong Xoai, Binh Gia, and Ba Gia in 1964. Ap Bac was a turning point that showed that smaller, lightly armed but well-trained forces could defeat helicopters and armored tanks.

Tu Cang recalled, "It was not until the US brought troops into the South in 1965 that the war became fiercer." He added: "Before that point, we could still swim in the rivers and go fishing. Vietnam [NLF] had planned to gain back the South by 1965, but the United States brought in a half million men, including powerful forces such as the Marine Corps into Da Nang in March 1965, the 1st Infantry Division [Big Red One] into Lai Khe in April–May 1965, the 25th Infantry Division into Dong Du, and the 173rd Airborne Brigade and the 11th Armored Cavalry Regiment." Tu Cang asserted that Vietnam could not have won a war against superior weapons and half a million US soldiers if they had deployed their army conventionally. "No country can win against the US on the battlefield. However, there were no battlefields in Vietnam. Vietnamese soldiers hid in tunnels and attacked the US [soldiers] when they ate or slept."

H63 Intelligence Group provided critical intelligence to the units attacking the US embassy and Presidential Palace, among other targets. Pham Xuan An was an important agent working under Tu Cang in those efforts.

To prepare for the campaign to liberate Saigon in March 1974, NLF Headquarters established the Biet Dong Rangers Brigade, called the 316th Brigade. At that time, Tu Cang was in a supplementary training course for division chief of staff in Dong Anh (Hanoi). His superiors assigned him to the South to be chief of staff of the North Wing of the brigade, where he contributed to the liberation of Saigon on April 30, 1975. After that, the 316th participated in the Southwest Border Campaign. He was wounded in that campaign. Reassigned to the rear homefront, he worked as principal of the culture school of Military Zone 7 in Vung Tau, then retired. Under Tu Cang's command, the H63 Intelligence Group became the most effective intelligence network in the American War. In 1971, the unit was awarded the title Hero Unit of the People's Armed Forces. In March 2006, Tu Cang was awarded the title Hero of the People's Armed Forces.

After the interview, I asked Tu Cang if he had any other remarks he wanted to make. He replied:

General Vo Nguyen Giap's tactics were excellent. He agonized over the proper tactic for the battle of Dien Bien Phu for eleven days and nights and decided to switch from "quick attack" to "siege." In the last battle to win back Saigon, his tactic transmitted to all units was "lightning speed, recklessness, surprise, certain victory."

President Ho Chi Minh was exceptional. He successfully trained Vietnamese people in ideology. His saying "Nothing is more valuable than independence and freedom" was so influential that Vietnamese people were willing to sacrifice for national independence.

Vietnam was oppressed for a very long time. It experienced a hundred years under French colonial rule. In the Vietnam War, Uncle Ho's saying that "Nothing is more valuable than independence and freedom" was a strong motivator for the Vietnamese people. When people are forced to live under foreign domination and have their values and dignity trampled, they will rise up.

Thanks to the wise leadership of President Ho Chi Minh, Vietnamese people were able to have the extraordinary courage to sacrifice their lives.

After his final formal remarks, Tu Cang generously gave all of us seated at the table with him autographed copies of his biography and graciously accepted a Veterans for Peace brochure and pinned the VFP button, then posed for a picture with me. He also gave me and some of the others a medal from the 316th Brigade. It is no small irony that I, an NCO interrogator with the 525th Military Intelligence Group, was given a medal by the commander of the 316th Brigade and former chief of the H63 Intelligence Group.

Bay Son, Biet Dong
Senior Officer

Bay Son said: "Now I will tell you this. My type has died out, I am the only one left. I tell you this so that you may know that I am the only one [left] who knows the stories about the Biet Dong. . . . I am eighty-eight [years old], sixty-five years a Communist Party member. I recently got my medal for being a party member for sixty years. You are quite lucky to meet me at this time, for five months ago I had to have a head operation, and I was hospitalized."

Bay Son's house was on a quiet street, and we entered through a razor wire-topped steel gate into a paved courtyard. The steps up to the house were polished stone, and the door opened into a spacious light-filled room, which was well appointed with varnished chairs and tables, leftover Tet decorations, and a large, dark mahogany chest that served as a platform for the *bat huong* incense bowl, flower vases, candles, and ancestral pictures. On an opposite wall were pictures of Bay Son with his decorations, and to the side of the ancestor chest was a life-size bust of the colonel.

My interview with Bay Son began awkwardly. I had just been told by Hung, who arranged my Biet Dong interviews, that I might have to pay an interview fee. By good luck I had exactly enough to meet Bay Son's fee of $50 per hour; the interview was scheduled to last two hours, and I had $100 with me in my pocket. Hoping for a discount, I mentioned that I was a veteran on a pension. Bay Son replied that he, too, was on a pension and explained to me that this was his fixed procedure, and that his acceptance of the interview meant "that I know what I can do for the interviewer; as a senior commander of the Biet Dong from [the period of] the war against the French to the American [War], I know I can answer your questions. Feel free to ask me about anything regarding my role as Chief Commando." After Hung made formal introductions, Bay Son began his narrative in response to my questions. He looked me in the eye and spoke in a clear, strong voice.

Bay Son was born on April 10, 1927, in Dong Nai, Nhon Trach district, not far from Saigon. His parents were farmers, and of his nine siblings, four joined the party. He went to a local school and worked for the party, as did two of his uncles. He was assigned to a training unit, which in 1948 was called the City Mission Committee (Ban Cong Tac Thanh Pho). After he finished his training, he was made the director of military training and an official representative of the party (Bi Thu Dang Uy) even though he was only twenty. He still remembers the training documents well, because he was the person who wrote them. When I asked Bay Son why he became a party member and Biet Dong, he said that it was partly out of vengeance for his uncle, who was beheaded because of his resistance. He added that "as an insider I have to say that I did not [fully] understand [my motivation] at first, yet after my participation in the war, I realized that I was part of a Vietnamese tradition of patriotism."

In 1954 Bay Son regrouped to the North (Tap Ket) and assumed command of Division 338. In 1961, along with other selected members of the unit, mostly Southerners, Bay Son returned to the South. From 1961, the year the Biet Dong was founded, through the 1968 Tet Offensive (Tet Mau Than), and until Liberation in 1975, Bay Son was the operational commander of the unit called F100 Biet Dong Saigon.

Bay Son wanted to talk about the major operations of the war, and I followed his lead in discussing those times, leaving conversation about his family for the conclusion of our interview. "My command was based within the city during each of the major attacks. I would raise the spirits of each division before the battle started." He began by discussing the operation to attack the US embassy in early 1968. The Communist Party realized, belatedly, that their huge country-wide offensive scheduled for the Lunar New Year (Tet) holiday would have much more impact if the US embassy, the symbol of the United States in Vietnam, was attacked. Ba Den was selected to lead Unit 159, which would strike the embassy. Bay Son said:

> I had met Ba Den in 1961, after I returned South. During my life as a Biet Dong commander, Ba Den was for me the best member of the Biet Dong in [terms of his] organizational skills. Because he

received the order to attack January 23, 1968, he had only seven days to plan [the attack] with no weapons and no soldiers. Ba Den had to use men from my staff. They were not trained for battle; they were working in an office; and yet they fought with the spirit of the nation, and it was that spirit that urged them forward, because every soldier deep down was Vietnamese. They had the spirit of their ancestors within them, which enabled them to fight so bravely.

Before the attack on the embassy, Bay Son shared a meal with the unit and "asked: 'So, after the reconnaissance are you afraid of anything?' They said 'no,' and added 'We only wish that a bullet could shoot two enemies.' To sacrifice was nothing out of the ordinary. They were ready to fall."

There is one other person that the Western media has portrayed as an exceptional member of Biet Dong. That person is Nguyen Thanh Xuan, alias Bay Be. He participated in numerous attacks in this city. Among them were large-scale attacks, such as those on the old US embassy on Ham Nghi Street, on the Caravel, Metropol, and Victoria hotels, and on various checkpoints and barracks east of Saigon. He was captured in June 1966, which was after the attack on the Victoria. He was the best in terms of execution.

Even as chief commander I could train them [the soldiers] only so much. But the patriotic tradition of the nation ignited their vengeance, which urged them to fight with an iron will. That applied not only to the embassy attackers, but to all of the soldiers who served under my command. It is because of the tradition of patriotism that people sneered at death and were ready to sacrifice.

At this point, I mentioned that there were three survivors out of the sixteen that attacked the embassy. Bay Son only knew of one, Ba Den. I offered to send him the names of the other two, Sau and Son.

Bay Son went on to describe other actions:

The May attack was the second wave. I ordered the remaining members of Biet Dong out of the field and started reinforcing my unit after the first attack. One target was the television station. Mr. Nguyen Van Hieu and Ms. Ho Thi Nga were to undertake this mission. They blew the station up using the most powerful amount of explosives ever recorded in the Indochina War: five hundred kilograms of C-4, two hundred kilograms of TNT. I just want to highlight that the destructive power of C-4 is three times higher than that of TNT. In the Indochina War, even the amount of explosives used by General Vo Nguyen Giap when he blew up the bunker [*sic*] of French General De Castries was only 950 kilograms of TNT. This time it was 1.7 tons. Yet only two [people] were involved in the attack. When the bomb exploded everything just vanished from the face of the earth. Nga and Hieu are still alive.

After that, the Biet Dong kept on operating by carrying out small-scale attacks only. Ms. Nguyen Thi Anh Tuyet, a Heroine [an honorable name given by the party], attacked the Administration Town Hall of District 3. And it was also she who attacked small units in Gia Dinh, Binh Thanh district. She also attacked some bars. At that time, it was difficult [for men] to go in and out of bars, so we used women instead.

Bay Son described the operational requirements of his F100 command:

Our unit had around one hundred people at that time, all of whom had achieved battle-ready status. However, in order for those [soldiers] to fight, you must have three hundred to four hundred people supporting them, for transportation of weapons, delivery of information, and so forth. A true member of Biet Dong must have different places to stay. Today this house, tomorrow another. There were even cases where we would switch places in the middle of the night to avoid being captured. That is what I did when I came to stay inside the city. I would arrive at a house and stay there until 10:00 p.m. and then move somewhere else. As for my travel, sometimes I was a chauffeur for some republican officer, wearing an ARVN uniform and taking them around. As Biet Dong, there were a couple of principles that we needed to follow. First, we were forbidden to know one another, or to attempt to do so. A principle of being a member of the Biet Dong is nobody knows anybody. If you die, that is all there is to it. Second, always make contingency plans. For example, the Tet Offensive was a contingency, a contingency because the order came from the central commanders above, according to the political goals of the party at that time.

Bay Son continued:

> Replacements to our unit (we lost seventy-three out of a hundred during Tet) came from the ranks of our supporters. . . . Lieutenant-General Nguyen Binh said during the first years of the war: "Here in Saigon it is better to lean on the people rather than the jungle." And so where was the foundation of our unit? It was inside the people, and even inside the enemy's force. Those members of Biet Dong who participated in the Tet Offensive knew in advance about two things that were to be expected—sacrifice or capture—the conditions of which were especially unpleasant. As a rule, the other side would use different interrogation methods so as to best exploit the captured. As a result, many of the documents that were left behind [by the Americans] were false, thus devaluing the war deeds of these brothers. So, when the US army had retreated there were false documents left behind, which might have been made against the will of the captured so that he or she seemed to have admitted to their crimes.
>
> Regardless of whether the enemy wants [to admit] it or not, what these men and women accomplished were war deeds, no more or less. Let me give you an example of those who were assigned to sink a military ship called *Card.* They did it on May 2, 1964, and the US army conceded that it was a feat of the Viet Cong. There were only two of them [that completed this mission]. But one of them was captured two months later, and he was forced to sign false testimonies. As a result, it was difficult to process his case when he came back to our side.
>
> This tactic is normal, because when two sides are at war, each can taint the reputation of the other. And so, the truth of one's victory can be denied by the other side. So you, as someone who has enough enthusiasm as well as talent, can retrieve the original documents concerning the captured members of the Viet Cong, ones which present their deeds and misdeeds as what they were. And [the actual] deeds must be admitted as deeds.

During the interview Bay Son emphasized his (and others') concern about the burial locations of the dead Biet Dong. He admitted to a short-coming, because he sent the soldier in charge of personnel off to be a part of the assaults and never heard from him again. "As a result, I lost the lists of my brothers." By this he meant that he did not know the true family names of his soldiers. He then said:

> Because you are coming back, and since you have a voice capable of declaring those truths, could you help me find the burial places of the following members of Biet Dong who died in the Tet Offensive: ten brothers at the attack on the Saigon radio station, ten at the attack on the Naval High Command Headquarters, eight at the attack on the Presidential Palace; sixteen belonging to the group led by Ba Den, twenty-three at the attack on the General Staff Headquarters, and seventeen at the attack on Nhi Thien Duong Bridge south of Saigon? Because these attacks happened within the jurisdiction of the US Army, the United States must be able to locate the bodies as they were the one who cleaned up the battle afterward. I have made a document and sent it to the Vietnamese Ministry of Foreign Affairs so that they can forward it to the US Army to inquire about the said matter. Although the case could have been that some of the bodies were thrown into the ocean, it is better to have a clear idea of where they are than remaining in the dark.

I promised to investigate this, and the interview returned to his family. Bay Son said:

> I did have a family in the war. My wife was an information officer for the Biet Dong. I have two sons who are engineers and two daughters. It has a "domino effect": when a father joins the party and fights for it, then his son will. And so it goes, one generation after another, as long as the country is still fighting against foreign invaders. For me, as a commander of the Biet Dong, I just want you to help the world see that this Vietnamese nation has a long tradition of patriotism, stretching from the time of our forefathers, such as Ly Thuong Kiet and Hai Ba Trung, right to the present. In

the modern era, Uncle Ho was a brilliant leader who was able to unite the people. That is why we were able to resist the US and French armies.

At the end of the interview, Bay Son complimented my diligence in asking him questions. He said, "Well, perhaps you have exploited me most," and added, "What I have told you is true. My comrades will vouch for my words as the living representative of the history of the Biet Dong." We finished the visit by taking pictures together, and Bay Son escorted us down the stairs and out through the gate to the street.

Nguyen Huu Loi, Biet Dong Soldier

It was a fairly short cab ride through Saigon traffic from the Tulips Hotel near the Ben Thanh Market to the home of Nguyen Huu Loi. Loi's home, a solid three-story concrete and brick structure, was part of the compensation he received from the government for his service to the country and his ten years in prison. When we pulled up, Loi came out to the street and enthusiastically welcomed me and Hung, who made the introductions and served as interpreter.

After our greetings, Loi invited us to a table already set with bottled water. We sat together in the front of the house, with street traffic as a background to our conversation. Hung went over my history for Loi, and after some back and forth I began with my standard "Let's begin at the beginning."

Loi laid out the outlines of his life:

I was born in 1945 in Quang Da hamlet, Thanh Quyt village, Dien Ban district, Quang Nam. My father was a farmer, and my mother was a vendor. I have two older brothers and two older sisters. I am the youngest child in my family. I studied in Phuc Khoa Primary School, then Nguyen Cong Tru Secondary School, currently known as Dong Khoi. I studied academic subjects and Buddhism until the grade equivalent of grade ten today. Before the collective uprising of 1960, both of my brothers served in the Republic of Vietnam Army due to mandatory military service [requirement], but they also joined the revolutionary movement locally. My second brother was a paratrooper in the Republic of

Vietnam Army. When he and his wife had two children, he was allowed to quit the army and come back to his hometown to farm as he requested. He died three years ago of an illness.

Beginning the story of his service with the Biet Dong, Loi first explained that his family joined the Viet Minh and played an active role during the years of the anti-French war. "My mother hid and took care of the soldiers. In 1953, when my siblings and I were still little children, we sang and danced for the soldiers every evening and acted as guides in local areas. Before joining the Biet Dong I came to Saigon alone in 1959 and stayed in my aunt's house."

Loi trained at bases near Cu Chi, My Hanh-Duc, Hoa-Duc Hue, which were about thirty kilometers from Saigon. He said they trained with captured US and Vietnamese/Chinese firearms in addition to planning guerrilla attacks in Saigon and elsewhere. After his basic training, and after joining the Biet Dong in 1963, Loi was assigned to Saigon to participate in attacks against US leaders, in particular General Paul Harkins, Robert McNamara, and Henry Cabot Lodge Jr. As part of their Biet Dong training, soldiers had to sit far from each other with their faces covered with a mask, so no one knew how many people there were in the team, except for the team leader and vice team leader. They only knew each other when they were assigned to work together, and when ordered to show up at a certain place at a certain time.

Describing actual attacks, Loi wanted me to understand that he and many other NLF soldiers considered white US soldiers to be invaders, but they preferred not to kill Black American servicemen because they were former slaves. "Before attacking the US Army as directed by our superiors, we signed the Sacrifice Letter [giay quyet tu] because we were in a sacrifice unit [Doi Quyet tu]. Those who attacked the radio station, Independence Palace, and the US embassy did not sign that letter."

This was an interesting remark to me because in the line of duty I had interrogated one of the survivors of the embassy attack. In the US press, that attack was widely described as a "suicide attack," though in my interrogation report it was not described as such. Loi explained: "These teams dated back to the anti-French war, and the first team of this kind in the Vietnam War was founded in 1965. Every province had its own sacrifice unit. There were a lot of people in the 1965 team. I was the seventieth person or so joining it, but I was not the last member. Later, the team grew so fast in number that people were separated into the 1966 and 1967 teams." The planning for attacks on Harkins, Lodge, and McNamara was complicated by the difficulty of getting locations, routes, and timetables of the visiting officials. McNamara, the US secretary of defense, had been regularly visiting Vietnam, usually every three months, and the Biet Dong had practiced attacks on his car in their Duc Hoa-My Hanh base. Their original plan was to rent a house along McNamara's route and detonate a powerful bomb as he passed by. However, McNamara changed his route, so the team instead planned to attack his convoy at the Cong Ly Bridge in May 1964.

Loi's partner was Nguyen Van Troi. They already had laid two mines there, each about eight kilograms, and calculated the car's velocity and the time when it would pass. The bombs would be powerful enough to cause significant damage within one hundred meters and destroy the entire convoy. Before the convoy arrived, Troi went to check the detonator wires attached to the bombs and was noticed by some local people, who thought he was a thief and called the police. Loi, who was a lookout for the operation, was also captured. The other two members of the team escaped.

> I asked Troi to let me take all the blame, because he was married while I was not, but he did not agree. He said if I took the blame, both [of us] would be killed, then no one could be able to continue the revolutionary path. If he took all the blame, I would be given a lighter sentence and could continue the struggle. I was sent to prison in May 1964 together with Troi for the assassination attempt. I was moved to Con Dao Prison in September 1964, and was released in February 1974. In Con Dao Prison, I was tortured a lot and also kept in a tiger cage.

Troi was sentenced to death, but got a brief reprieve after the FALN, a Venezuelan communist guerrilla group, kidnapped Lieutenant Colonel Michael Smolen in revenge for Troi's sentence. The group threatened to kill the American if Troi was executed. Smolen was eventually released unharmed, but Troi was shot by a firing squad shortly thereafter in Chi Hoa Prison on October 15, 1964. Troi became the first publicly executed member of the Southern resistance. His execution was filmed, and he remained defiant to the end. His last words to correspondents before his execution in Saigon were: "You are journalists, and so you must be well-informed about what is happening. It is the Americans who have committed aggression against our country; it is they who have been killing our people with planes and bombs . . . I have never acted against the will of my people. It is against the Americans that I have taken action." When a priest offered him absolution, he refused, saying: "I have committed no sin. It is the Americans who have sinned." As the first shots were fired, he called out, "Long live Vietnam!"

As the interview ended, I asked if he had anything else to add. Loi responded: "Vietnam is a very special nation. We are kind and good-natured, but over the course of history, everyone, whether they are young or old, stands against all invaders. Everyone is responsible for protecting his country. We just fight against the invaders. Now, the US and Vietnam are friends. Let bygones be bygones. However, I also want to mention the severe aftermath of the Vietnam War, which is Agent Orange. I visit my friends sometimes and see their children and grandchildren who are heavily affected by Agent Orange. They are very pitiful."

Throughout the interview Loi was a very warm and energetic person. I gave him a Veterans for Peace button and brochure, and he reciprocated generously with a large framed picture of himself and Troi—the picture that shows them after their capture.

Ms. Le Hong Quan, NLF Soldier

We first met Le Hong Quan in front of her modest house and lush garden. We were invited in and, with interpretation by Michael Abadai, gave Quan my military background and the purpose of the interview, which was to get her personal story as a member of the Biet Dong.

Le Hong Quan began:

When I was little, I liked poetry. So my mother taught me how to read so that I could read epic poems such as *Luc Van Tien* and *Thach Sanh Ly Thong*. By the time I went to the village school, I already knew how to read. I quit after being in school for a few months. I wanted to be a courier for the revolution. Actually, as a woman, I only wanted "peace in place of war, compassion in place of animosity, happiness in place of suffering." It was only because my homeland and I could not have those things that I had to quit school to join the revolution. Since the 1960s, I had to witness the killing of patriots, and I recorded them in a poem:

"FOLLOWING UNCLE'S FOOTSTEP"—LE HONG QUAN—1960

You gingerly approach the guillotine
They corral people toward the execution field
A gentle parting smile graces your lips
There you beam
I scowl, bursting into tears!

Tight ropes squeeze your gaunt shoulders
Who knows where your wife and children are now?
The earth shivers . . .
They drop the blade
The sky darkens, a mourning band over the village
Head severed, blood soaking the earth
Eyes ablaze your gaze fixed
I stare
And can no longer stay silent
I demand blood; they must pay with blood!
Flames sprout up all around the village
Sickles and machetes in place of swords
Mother explains: "From the earth uncle returns."
Blade in hand to raise hell with his neighbors.

Le Hong Quan was born in 1947 in Phu Thu commune, Chau Thanh district, Can Tho province. She related her history: "My family has five children. My father was a farmer, but he was also very good with martial arts, like his father. Grandfather had a martial arts school. People who are good with martial arts are often very noble. I was taught martial arts also, but I was not yet good." She continued, "My father went North in 1954. My mother went to the regrouping location also, but was assigned to stay South. She stayed with her three little children. My two big brothers also regrouped to the North like my father." Because of the failure of the Geneva Convention agreement, Quan did not see her father and brothers again until Liberation, in 1975. "My mother participated in the revolution since 1946. Only a short time after giving birth to each child, she would entrust the care of the baby to other villagers so that she could continue with her revolutionary activities. Like with me, after eight months, mother weaned me and left me with her mother. After that, I was sent to many different households. The older cadres sent children like me to be couriers in order to avoid attention from the enemy. I would stand watch, gather information, and report enemy situations to the cadres. One of the ways I used to transport documents was to put them inside bamboo fishing rods. That was what made me become independent and resourceful at an early age." Le Hong Quan worked with her mother as a young girl, transporting weapons, explosives, and supplies for the revolutionary forces and also acting as a courier and intelligence agent.

The area around Can Tho prior to 1954 had been partly controlled by the revolution, which had redistributed to the peasants some of the land that had belonged to property owners who followed the French. After 1954, the landowners returned and, with Diem's soldiers, used harsh and violent reprisals, including killing (beheadings), torture, and exile, against the revolutionaries who stayed behind in the South. Quan was forced to witness such killings, including that of a revolutionary soldier who was captured. Diem's soldiers said, "If you say, 'Down with Ho Chi Minh and long live Ngo Dinh Diem,' then we'll release you." The revolutionary soldier said, "Long live Ho Chi Minh, down with Ngo Dinh Diem." They immediately pinned him down and disemboweled him in front of the villagers, including children. The people around, especially the children, screamed and sobbed in fear.

As a guerrilla fighter, Quan was trained in the use of weapons and fighting strategies. She became one of the leaders of the local guerrilla cell, then joined the liberation army. In 1966 she was transferred to Saigon, to the battalion of the female ranger Le Thi Rieng. She lived in a rented home as a civilian and worked undercover as a hawker, a water carrier for hire, and a porter at the Port of Saigon.

In 1968, the Year of the Monkey, the offensives planned by the revolutionary leadership included the attacks on Saigon, the headquarters of the Saigon government, the American soldiers, and their allied forces. The main forces that opened the battles in the city were the Saigon Biet Dong (Saigon Special Forces), which had the ability to "disappear into the city population" and knew the lay of the land down to each rooftop and street corner. "We were armed with many weapons, hidden in many different locations in the city, including B40s, TNT, and C-4 explosives. Besides the guns that the bases sent out to us, we also found ways to take weapons from our enemies. We had been trained to use these types of weapons. The Biet Dong were divided into many teams and were assigned to attack different key points. All of the targets were researched carefully before the attack. The plan of attack included how to approach the targets, how to attack, as well as [what to do] in case of being surrounded, how to retreat into secrecy. Everything was methodically and thoroughly planned."

In the middle of her narrative about training and tactics, Quan unexpectedly and voluntarily said, "Even during the time I participated in our struggle to resist the American invasion in Saigon, I knew that in America there were people fighting against the war in Vietnam, including soldiers. Good people were forced to join the war. Many mothers mourned their lost sons in the war. I love them." Her remarks were the clearest and most sincere expression I heard regarding the lack of rancor most Vietnamese feel toward Americans.

During Phase 1 of the Tet Offensive in 1968, Le Hong Quan's squad took cover in many areas around the city. In particular, they positioned themselves at a number of weak points, such as Quang Trung Square, coordinating with secret "internal" agents within the ARVN to cut barbed wires and destroy the perimeter wall around the recruit training grounds to rescue about five hundred young male draftees assembled there.

Quan said, "Entering the battle, ARVN forces outnumbered us and surrounded us. . . . That time, I was shot behind the knee, but I was able to escape back to a house at 241/43 Pham Ngu Lao (old District 2). My people tended to me and hid me up in the loft. I operated on myself to take care of my injury."

She continued:

During Phase 2 of the Tet Offensive in May, I led several battles in the localities of Co Bac, Co Giang, Cau Muoi, and De Tham (old District 2). At that time, there were many large sewer tunnels stacked along the side of the road. We used them like bunkers to avoid firepower. We also rolled them out to block the enemy vehicles. District 2 was the central district of Saigon back then, also called the "key district in a prime area," where many US, governmental, and military headquarters were gathered. The Saigon government and military surrounded us and counterattacked to protect their headquarters. After attacking our target, we were surrounded and retreated slowly into 83 De Tham Street. The enemy continued to throw in hand grenades, which we threw back before they blew up. However, some exploded near us, causing numerous shrapnel wounds. (Later, I had twenty-three surgeries, including treatment in Germany, but there are still metal fragments in my body that have not been taken out.) Furthermore, an AR-15 bullet shot through and crushed a bone in my forearm.

On the very last day, I and two other people—sister Le Thi Bach Cat (Sau Xuan) and our young scout, named Nguyen Van

Quang, only fifteen years old—were all injured. We voluntarily exposed ourselves and intentionally drew enemy fire toward us so that our teammates could retreat. My injured arm was dangling and bleeding profusely. I applied a tourniquet to reduce the bleeding and decided to cut off the crushed part of the arm so that it would be less of a hindrance. On the hand of the injured arm there was a ring that my mother had given me only a few days before. I was about to take the ring off to keep as a souvenir from my mother, but then I thought my life would be sacrificed anyway so I did not take it off. We sat back to back against each other trying to hold out.

The Saigon military and governmental forces surrounded us. The counterattacks and counter-counterattacks played out intensely in the areas where I had taken cover around District 2. The enemy's side outnumbered us many times over, but many times we repelled counterattacks from the Saigon military and police, causing them not-so-minor losses. Besides the soldiers and police who died or were wounded, there were two officers leading the counterattacks: District 2 Police Chief Dang Minh Cong was injured at the De Tham front and Vo Van Duc, head of the District 2 Special Police Force, was injured at the Cau Muoi front. Finally, having run out of ammunition, I was captured and immediately taken in for interrogation. At the Special Police Department for District 2, they tortured me by beating on my wounds. In the moments when I thought I couldn't escape death, I wrote down a few lines of poetry to send my mother:

"LETTER IN PRISON"—LE HONG QUAN—MAY 1975

I am a soldier in prison at the front line
Even though the chains gnash my arms and legs
The crushing interrogation leaves me half here half there
Followed by threats of ruthless blows
The enemy burn our wounds, the room thick with smoke
My prison mates, their eyes blazing,
Hold me, and I give them a smile
In a circle of interrogation, they never let up

The floor black, stained with blood
And still my blood spills, bright red
If I'm missing on the day of victory
Mother, please lift your head
Look at the country
I will follow the red back, back to you

Brother Nguyen Van Quang, the squad's scout, was interrogated to death at Camp 5, at Cho Quan Hospital, where wounded soldiers from Tet Phase 2 were gathered. On the night of May 5, 1968, I was taken to Cho Ray Hospital to have my arm amputated. On the morning of May 6, 1968, Special Police came into the post-operative room to interrogate. They wanted me to tell them about the safe houses where our fighters took cover and weapons were hidden, the different wings of our coordinated attacks, and the passwords to communicate with the leadership within the city. I did not tell them I was working within the city. I kept insisting that I belonged to the liberation forces. They beat me and broke more bones in my wounded arm. The interrogation continued for many months, to the point where my legs felt as if they were paralyzed and I could no longer walk.

Three months after I was captured, my mother was also captured while she was traveling on Ben Ham Tu Street. Searching my mother, they found a K54 pistol, the kind of gun that revolutionary soldiers carried. They took my mother to see me and tried to make us acknowledge that we were mother and daughter. They tortured her and threatened, "Your daughter cannot walk anymore. If you acknowledge her, we'll let you take her under house arrest to take care of her. If not, we'll let her die." However, we were determined not to acknowledge that we were mother and daughter. If we did, it would come out that I was Biet Dong working underground inside the city, with connections to other underground contacts, and many other issues.

After being held in several prisons in Saigon, we were transferred to the maximum security prison in Thu Duc. There, dozens of prisoners were put in a cell too small for all to lie down at the same time. There were always some who were sitting, some lying.

The tin roof was so low we could touch it with our hands. When it rained, the cement floor of the prison was damp with water.

In November 1969, my mother and I were sent to Con Dao. [Editor's note: Con Dao was the notorious prison on Con Son Island, where over twenty thousand prisoners died.] We were both put in tiger cages, but in separate places. In 1973, the Paris Accords were signed but I was not released. The Saigon authorities planned to switch my status to that of a common criminal, not a political prisoner, as a way for the authorities to continue keeping political prisoners and still satisfy the rules of the accord.

On March 4, 1974, my mother and I were exchanged at Loc Ninh, which had become the seat of the Provisional Revolutionary Government. My mother weighed twenty-nine kilograms [sixty-four pounds] and I was thirty kilograms [sixty-six pounds]. The whole way back I was carried on a stretcher, except there were times I was supported by two people on each side. After a period of therapy, my mother was able to walk, and requested a return to the battlefield on the outskirts of Saigon. We wanted to fight so that we could have peace sooner and have the chance to see our loved ones.

I recovered after my mother did because my legs were injured, and I had been interrogated more severely. At the end of 1974 I was able to walk with a cane. I had the opportunity to go to the North to convalesce, but I chose to stay in Saigon to reconnect with our cells there and continue our work. It was at that time that I received news that my father and two brothers were alive in the North. I was deeply moved when I finally received a letter from my father after twenty years. I wrote a poem in response:

"RECEIVING A LETTER"—LE HONG QUAN—APRIL 1975

Today a letter arrived from Father
A letter twenty-one years in waiting
Holding the unexpected envelope
The shocking reality feels like a dream
I open and listen to Father's words
Gazing at the distant horizon

I know we long for those who leave
Father's letter rich with the old country
Finds me amidst the battlefield
Father! Can you hear me?
Your blanket kept the country warm
The old cloak you wore in battle
Sheltered me at the front line
It was burned by the enemy's bombs and fire
Their bullets stole my hand
But they will never be able to take
The fields, the rivers of our home.
I go on rushing forward
Resolved to protect our homeland.
The village keeps calling from afar
Remember that Father sowed the seeds
Rice fields go on ever green
Bamboo forests stand guard by our home.
Tomorrow I will march a long way
The letter from Hanoi follows me to battle.

In April 1975, on my way toward the liberation of Saigon during the Ho Chi Minh campaign, the fierce battle for peace and independence entered its closing phase. Like all the liberation soldiers in the midst of battlefield gunfire, I could have fallen a minute before the cease-fire. I wrote my father with the thought that it could be the last letter his country daughter would write to him:

"LETTER AT THE CAMPAIGN'S START"—LE HONG QUAN—APRIL 1975

Already four days and the letter isn't finished
I write toward the country's capital
What do I say? How to end? How to start?
So much lost and still fire and oil to pass
Going back in time is so vexing
I can't turn my back on the battlefield

Determined, I vow to reach the front
Requesting to postpone my trip to Hanoi
Let's go after the great victory, that's more fun.
Today I write this letter to you, Father
During the campaign season of our homeland
In the middle of two hurried marches
The forest bids farewell, the waterfall sings a chorus.
Tonight I have a long way to go
Straight toward Ho Chi Minh City
To dig a grave for hatred and suffering
Peace will unite the homeland
Resting my legs, the fowls call out 3 a.m.
I hear from our country's capital
Father, restless without a peaceful night
Waiting for a letter twenty years away
Please don't blame my squiggly writing
When our homeland is on the fire path
My childhood I bring into the battle
Never got to wear the school uniform
Never had time to play with marbles
Assembled gun in hand, I left
To stop the American thieving hands
Leaving home!
My luggage is a guillotine
And the heads . . . "lunar warriors"
The battlefield is my school
The teachers are my people and my comrades
I studied for the past twenty years
The lessons I've memorized. . . .
I'm proud!
The path I walk, Mother's and Father's path!

In 1975, I worked with the Planning Taskforce for the City Party of Saigon Gia Dinh, managing the building of the Liberation government. I was a member of the delegation going from Saigon to Hanoi to attend Independence Day and the opening of Uncle Ho's mausoleum.

After we finished our interview, Quan took us to the room where her mother lay and introduced us. She greeted us cordially. According to Quan, at ninety-nine years, and perhaps also due to the effects of prison and torture, Quan's mother sometimes confused the past and present. After the visit with her mother we took a few pictures. Then Le Hong Quan thanked us for meeting and talking with her. We walked out to the front of her house, through her small garden, and then to the street and the waiting taxicab.

Ms. Nguyen Thi Bich Nga, Biet Dong Soldier

My interpreter, Michael Abadai, picked me up at my hotel in a cab, and we headed to Mrs. Nga's house on Hung Phu Street, not far from the Ben Thanh area where my hotel was. When we arrived, Nga welcomed us into a small front room on the street where we sat for the interview. A wall with awards and a picture of Ho Chi Minh served as our backdrop.

Nga was born in 1951 in Pho Ninh village, Duc Pho ward, Quang Ngai province, and stayed there until the age of twelve. Orphaned at an early age, she was raised by adoptive parents; her adopted father, who regrouped to the North in 1954, died in Hanoi in 1956. Nga said: "When I was very little, I went to school in the village, but only finished grade five. At the age of twelve, I came to Saigon with my adoptive mother to become an au pair for a family: taking care of children, doing the domestic chores."

When I asked Nga why she joined the Biet Dong, she said:

When I was at the primary school in my village, my classmates and I were forced to witness some Saigon soldiers killing a Viet Cong. After shooting him they dragged his body to the school. I was so young that the image provoked my hatred. Ever since, I longed to follow my adoptive father's path.

When I began to work for that family [in Saigon], I did not know they were one of the networks of the revolution until one day, when I was cleaning the bed of the old lady, I saw a Happy Tet card from Uncle Ho. As consequence, I was convinced that they had a liaison with the revolution, and that made me ask them to recommend me to the head office.

When I was chosen to join the armed revolution, they sent me to military school, where I was trained to be a member of the Saigon special task force. I was provided various necessary training courses for obtaining necessary skills of a commando, using small arms and mortars. The courses were offered in a liberated zone on the outskirts of the city. That was in 1966; I was fifteen years old.

After being trained, I was sent down to Saigon as a member of the reserve team to take part in my first battle, the shelling, using 82 mm mortars, of the Presidential Palace (now known as Independence Palace) on the Saigon government's national day, November 1, 1966.

In the end, we [as the reserve team] were not able to join the battle as there were already artillery units on the perimeter that were able to successfully launch thirty-six shells into the parade stands, injuring American soldiers, including naval colonel E. Richard, and ruining the celebration. On our side, there was no one injured or captured.

After the battle I was sent back to Saigon in order to observe and learn the routine and activities of the enemy. During this time, I stayed in a house provided by the organization in District 3. This house was in the middle of a residential area with many American soldiers. I lived with another male soldier who pretended to be my husband, and another female soldier pretending to be my husband's sister, and another old male soldier assumed to be my husband's father. We had to arrange it that there were always only two people staying at home. I went to work and to school every day.

On the morning of February 13, 1967, I and another soldier were given the task of launching a mortar artillery assault on the headquarters of the American general Westmoreland, the commander in chief of the US Army in Vietnam and the commander in chief of operations killing Vietnamese people. We shot with the bare 82 mm mortar, without legs, base tray, plate, or iron sights. We shot three rounds, of which two hit the roof of the head office; the other hit a GMC army troop carrier transporting American soldiers, killing sixteen and wounding thirteen. Later on, we were informed of the result of the battle by the observers of Saigon special operations, our communication channels, and a Saigon radio broadcast.

We were forced to retreat after being spotted, and a grenade that we left behind killed more soldiers, including a police chief.

After that battle, I was sent to the head office for improving fighting skills in the city in order to prepare for the Tet Offensive (Mau Than) of 1968. According to the plan, within the Mau Than (lunar) year, the soldiers in the force, which included eighty-eight people, would be divided into two waves that would target principal places, such as the US embassy, Presidential Palace, the National Radio Station, General Staff Headquarters, and Naval Command.

The first wave, which I had been appointed to join, attacked the General Staff Headquarters, but because I got sick I did not join the battle. In May 1968, for the second wave of planned offensives, I participated in a team that planned to bomb the Presidential Palace. I had been assigned to use the 60 mm mortar. However, I was spotted, and my face was known, as my appearance had been described everywhere in the press. When I traveled with another female soldier in a rickshaw to our weapons storage, near the police station of Binh Chanh, the police dragged me down and asked: "Is there anyone else in the vehicle?" "No," I answered. They let the rickshaw leave and captured me.

Beaten and tortured, Nga remaining uncooperative. But because she did not confess anything, they could not convict her. She was imprisoned in Gia Dinh Prison, then transferred to Thu Duc Prison and after that Chi Hoa, before finally reaching Con Dao. She was imprisoned for seven years, four of which she spent in Con Dao, where, during her first year, she was locked up in a tiger cage.

There were thousands of prisoners on Con Dao. However, the Paris Convention signed in 1973 obliged the enemy to exchange political prisoners. In response, they categorized only 2,081 prisoners as political, reclassifying the rest as criminals to keep them in prison. Nga related: "Before the Liberation Day, while we were locked up, when the revolution reached Nha Trang, prisoners were forced to assist with the enemy's flag salutation celebration and to follow the enemy's regulations. I was against that, so I was beaten and sent back to Con Dao. One month after that, on April 30, 1975, the whole country was reunited and I was released."

She continued:

I was like other prisoners; I was very thin due to lack of nutrition. There were some others who could no longer walk. After independence I worked for the party in District 1 in Ho Chi Minh City, and in 1976 I married. I have two daughters, both of whom are grown up and working. Presently I am retired, but I am entrusted and elected by the people to work in the party of the ward.

I have benefited from the party and the government, so my life is quite stable. However, I still wish to find my original family, so I am asking the [television] program *Never Separated* on VTV to help me. The program broadcast my case one month ago, but I have still not received anything. I am hoping.

During the war there were many soldiers who died but their bodies were never found. For example, Brother Bay Lop, captain of a force attacking the Naval Command, was caught and shot on the street of Saigon by Captain Nguyen Ngoc Loan. That event was photographed and famously shown on the news, provoking emotional responses around the world at that time. What happened to his body remains unknown, like other soldiers who participated in the attack on the US embassy.

After our interview, Michael offered encouragement to Nga in her search for her family. It is a difficult task in a country that has some three hundred thousand missing in action. We took some pictures and thanked her for her time.

Ms. Do Thi Kim Lien,
Biet Dong Soldier

Michael Abadai and I took a cab over to Mrs. Lien's house, which had a substantial front gate that led to a courtyard planted with trees and flowers. We were shown into a generous room furnished with substantial lacquered furniture and personal awards and other memorabilia on the wall. Mrs. Lien seated us, and after I gave her my background and my reasons for interviewing her, we began the questions and answers that would form her story.

Lien was born in 1944, in Saigon, Tan Dinh, District 1, to parents who were active in the resistance against the French occupation. Lien said, "My mother worked in the Tan Dinh market, and she also worked as an underground activist with female traders as an advocate of French resistance. My father was an activist in a French resistance group and worked underground at the beginning of the French resistance movement and later with the Viet Minh. My father was an employee of a French organization. My mother died young; I was six years old."

Lien studied up to grade ten, which is similar to high school now. In 1954, her father went North, to Tap Ket, and Lien stayed with her uncle, but due to his poverty she was unable to continue with school. At that time, she said, "I hoped I could be a doctor."

After the Geneva agreement and the replacement of the French occupation with the Ngo Dinh Diem government, Lien witnessed government oppression, especially against students, including torture and the use of the guillotine for executions. She joined other young people and students in protests and strikes against the Diem repression. During this time she had no contact with her father.

At this point, Lien paused in her narration and excused herself to open the door for her son, whom she introduced to us. The example of Lien's parents in the resistance and her own personal experiences led her to join the Patriotic Front, in her case the Biet Dong. Lien said, "In 1959, I met Ba Den. At that time I was very young, about sixteen or seventeen years old. This year, I am seventy years old." She laughed and continued: "Ba Den was the leader, Ba Den was my party cadre and the political commissar of the 159 unit. It was so named because it was formed in January 1959. As commissar, Ba Den was responsible for making and carrying out decisions subject to his superior's orders. His senior commanders were Tran Hai Phung and Tu Chu. Mr. Chu was recently awarded the tile of Hero, and Phung was eventually promoted to major general."

Because the units were secret, Lien did not at the time know about them or any of the soldiers in them. Lien was trained in reconnaissance guerrilla tactics, and, in the beginning, because weapons were scarce, they used firearms captured from the French, government forces, and Americans. She was assigned to a unit that tracked down and arrested Vietnamese who were abusing or killing innocent people, or collaborating with the American and government forces in a repressive way. She said, "We did not do cruel things. We arrested them, and the people decided on rehabilitation or imprisonment."

At the end of 1963, in Binh Duong, Lien was arrested when she was on a ship that was stopped, and one of her comrades, a Biet Dong who had worked underground with her, surrendered as a Chieu Hoi. The Chieu Hoi, or "Open Arms," was a program for communist defectors. She betrayed Lien. In the interrogation Lien was beaten and shocked with electricity. They also used a dog to attack her; it bit her leg and caused a serious wound that got infected. It took several years for the wound to heal, and she still bears the scars from that time. Lien said, "They wanted me to inform on my comrades, but I refused. They wanted me to talk about Ba Den, but I refused. Therefore, they sent me to Con Dao Prison and put me in a tiger cage. I was in prison for a long time."

After the Paris Peace Accords were signed, all political prisoners were to be released. However, the Saigon government tried to force the war prisoners to sign a confession stating they were ordinary criminals, which would keep them in prison indefinitely. Although Lien was beaten, she and her comrades did not sign. The government changed their political status to criminal anyway, and when the prisoners protested the prison used tear gas, shot at prisoners, and confined them to solitary cells.

The conditions and treatment in prison were awful. Lien was in isolation for a while, and other prisoners, sometimes up to six people, were kept in cells with only one small window. Water for cleaning was from a small barrel, and the bathroom pot was only changed twice a week. There was not enough water for brushing teeth, and women had no tampons. Prisoners were prohibited from singing. The guards were sadistic and abusive, throwing lime on prisoners as punishment. Water was rationed and food was limited, which caused hunger strikes. Prisoners were tear gassed, causing severe burns to the skin. Some people died as a result. It was not until an American delegation visiting the prison insisted on seeing the prisoners, and the intervention of the lawyer Ngo Ba Thanh, that Lien and some others were released on March 6, 1974. She had been in prison for ten years. Lien said:

> After I was released, I was looked after by the Provisional Revolutionary Government and my health was restored. After that I worked in Loc Ninh, as a liaison at the Joint Military Commission, on the implementation of the Paris Peace Agreement. We worked there until the liberation of Ho Chi Minh City. I also was able to go to the North and visit my father. After Liberation he came to live with me in the South. He gave the house he had lived in to the people who had lived in it for ten years.
>
> When I came back [South], I did social work. I worked for a women's advocacy group, then did logistical distribution of food and aid. I worked for the government until I retired.

After Liberation Lien married and had two sons, but also had five miscarriages, perhaps due to Agent Orange and her abuse in prison. Her husband is a senior colonel in the army. Her two sons are college graduates from American universities.

Lien knew Ba Den during the war and met him again after Liberation. She considered him a comrade and praised him as a brave and kind leader; and she was curious about my opinion of him since I had interrogated him after he was captured. I told her that he was calm even though he was wounded, and that he was one of the reasons I came back to Vietnam—to see what happened to him. He was famous for the attack he led on the American embassy, which was one of the turning points in the war.

When I asked Lien what else she wanted to say, she remarked, "I would like your voice to help the Vietnamese victims of Agent Orange and the victims of the bombs—people are missing arms and legs. I would like you and your organization [Veterans for Peace] to have some impact on the American government. I would also like to have the opportunity to visit America because my sons have been there."

She closed her remarks by saying, "I am honored to meet you." Michael and I thanked Lien for her long interview, and we took a few pictures with her in her sunny and leafy courtyard before departing.

Nguyen Duc Hoa,
Biet Dong Soldier

Nguyen Duc Hoa's house was a long trip from the Tulips Hotel in the center of Saigon, where I was staying. Hung had to call many times for directions. We finally waited on a street not far from Hoa's house and followed a motorcycle rider sent by Hoa to guide us. Our party consisted of myself, Hung, and his wife, Dung.

The interview turned out to be a lengthy one, over three hours, due mainly to the detailed descriptions Hoa gave of his training and battle experiences. Hoa and his wife greeted us warmly and invited us into their newly remodeled house. We sat on small chairs and a couch. After my short introduction, Hoa responded enthusiastically to my initial questions about his life and his involvement with the Biet Dong.

Nguyen Duc Hoa was born on October 18, 1949, in Vinh Long town, Vinh Long province. After completing elementary school in 1961, he passed the exam to enter the public junior high school. In 1963, he entered the "fifth level," equivalent to the eighth grade today. He studied French among other subjects. At fourteen years old he did not understand much about politics, but he knew that the government was supported by the Americans. The American government back then did not properly follow the Geneva Accords and took over from the French to construct the Diem regime.

Hoa's father, who was a member of the Viet Minh, died in 1951. In 1961 his father's friend, the Biet Dong leader Tu Chu, came back from the North, contacted Hoa's family, and, in 1963, took him to Saigon to live in Cu Chi with about twenty liberation soldiers to prepare to depart for Tay Ninh. After a few months in Cu Chi, the military board overseeing Cholon Saigon Gia

Dinh sent him to the Duong Minh Chau Military Zone to study reconnaissance, weapons (including DKZ recoilless rifles), and explosives.

They trained with 75 mm recoilless rifles, which they valued highly because of their multipurpose utility. They could be carried by two men with ammunition porters. He learned to build bunkers and trenches, and to use guns such as 105 mm howitzers. Reconnaissance training included detecting ARVN troop locations, especially focusing on the large number of American forces who had recently arrived in Da Nang.

After the training, Hoa was sent to the 1st Battalion of Saigon, Gia Dinh, which participated in many battles. In 1965, he returned to Cu Chi as a local force soldier. That year he was involved in several battles near Cu Chi, two of them against ARVN forces and the last against US forces. In all of their engagements, they planned carefully so that even during the battle there were prepared tunnels and bunkers they could use for hiding and protection from air strikes. In the last battle with US forces, they killed and wounded a number of US soldiers and shot down two helicopters before retreating to conserve their strength. Hoa stressed the importance of digging shelters on the battlefield. They used US entrenching tools when available. Dugout shelters protected the troops from artillery and air strikes. Hoa quoted a saying that went, "Dig deep to see Uncle Ho's beard," which means: protect our lives, survive, and fight on.

From 1966 to 1968, Hoa was assigned to Saigon because of his knowledge of the city, and he joined the Biet Dong. But he worked out of the Viet Cong base in Cu Chi to build a launching pad in a buffering region.

In 1967 he trained and planned with the Biet Dong for an attack on the Presidential Palace with a force of fifteen men called Group 5. Planning included reconnaissance, weapons caches, and back-up plans, as well as a detailed plan of attack. They were informed about the 1968 Tet Offensive and were instructed to keep the gates open for two hours and wait for support from the leading battalions.

The attackers arrived at the Presidential Palace in three cars—a Renault, a Simca, and a Citroen—that carried the men, AK guns and B40 rocket launchers, TNT, C-4, grenades, and other weapons. The attack started just before 3 a.m.

Their target was the back gate of the palace, and it was Hoa's job to blow up the gate with a TNT charge. He attacked the gate, killing the two ARVN guards, but the TNT primer was a dud, so they entered through a smaller door next to the bunker. Hoa was wounded in the firefight inside the gate but not severely. Inside the compound, the Biet Dong disabled an armored vehicle with a B40, but daylight had come by this time and seven Biet Dong had been killed, including the commander, and two wounded— Hoa and a female Biet Dong member named Vo Thi Minh Nghia. Hoa retreated to the street with his comrades and ran into a jeep with four US soldiers. He tossed a grenade, killing or wounding them. He was able to grab an M60 machine gun from the jeep and fired on two more jeeps that drove up. When I asked him about using the American-made M60, Hoa said that they had had weapons training on many different weapons, including American-made arms.

They retreated to a partially built six-story house nearby and brought all of their explosives and weapons inside. ARVN and US assaults were driven off with grenades, TNT, and small arms. A number of ARVN soldiers entered the building and were killed, their weapons confiscated. Another attack using a fire truck and ladder was also repelled. One of the Biet Dong who stayed with Hoa on the three lower floors of the house was a forty-year-old man whose real name was Le Tan Quoc, nicknamed Uncle Bay. He had a daughter about Hoa's age, sixteen years old, and he was a secret agent in the city. He was not a member of the unit but insisted on joining them. (In 1976, a skeleton was found in the house where they had fought, and it was identified as Quoc, the man who had helped them. The other seven Biet Dong killed in the attack were never found.)

Because of the TNT blasts and outside artillery rounds, the house was failing structurally, and around 9 p.m. the Biet Dong moved to another nearby house. Around 11 a.m. the next day, out of ammunition, food, and water, they surrendered. One of the first things the ARVN soldiers asked was who fired the machine gun. When Hoa answered that he had fired it, they beat him. The Biet Dong team was blindfolded and tied up, and they were sent to the Saigon Central Police Station on Tran Hung Dao, then to the National Police Station, followed by Chi Hoa Prison, and finally Con Dao, where they were tortured and put in tiger cages for refusing to salute the flag and opposing secession. When Hoa got out, he weighed forty kilograms (eighty-eight pounds) and could not walk because his wounded leg had atrophied while chained. There were two hundred others who also could not walk.

Under the terms of the 1973 Peace Accords, the ARVN released prisoners in batches, but they did not offer support, which violated the agreement. Instead the ARVN simply dumped them on the street—in Hoa's case, in Bien Hoa.

He and other prisoners were helped by Mrs. Ngo Ba Thanh, a lawyer, who brought him and fourteen others to Phu Kien Hospital, now called Nguyen Trai. She was instrumental in breaking the story about Con Dao and the abuse and tiger cages there. Hoa was moved to a Liberation zone, where, with therapy and medicine, he was able to walk again in two months, but his leg is permanently reduced in size from the restraints. Hoa was assigned back to Saigon until Liberation in 1975. He was deactivated from the military in May 1976.

Hoa also commented on the Americans' extensive use of Agent Orange, napalm, phosphorus, and tear gas bombs that destroyed the Vietnamese countryside, people, and wildlife. Hoa was in an area affected by Agent Orange.

He tried working in a sugar manufacturing operation—his boss was a Cambodian Vietnamese—but by the end of 1976 he lost that job when the factory was closed because of government restrictions on private property. He later became a contract driver. In 1979 he married and learned tailoring and sewing from his wife. In 1980 they had a son, followed by a daughter in 1984 and another son in 1994, who is in college now.

Hoa's house has just recently been repaired with the support of about $1,300 from the local district, $850 from the ward, and help from friends and family. Hoa said, "Even now my wife and I are still sewing, but our life is still very difficult, we are just able to make ends meet."

Hoa also remarked, "As Ms. Phong Lan's movie about the Saigon Rangers showed, the ranger members joined the force completely voluntarily; they ignored death. Since then, whatever the government's postwar policy, though there has been a great deal of hardship, they still tried hard to live. As for myself, many of my fellow brothers and sisters from my unit who are still alive, and the many others who are dead, still remain nameless, without a home, a birthplace."

At the end of our interview Hoa said, "It is my pleasure to meet you today. I'm very grateful that you visited my home. In the past we had different ideals—you were an American soldier and I was a Viet Cong. Now in the time of peace, you have more means than I, and you can help the next generations and the American people understand our struggle for our principles, our freedom, and independence. I appreciate and support you, because this war was too costly for the Vietnamese people, who suffered and lost greatly."

We closed out our long interview and I gave Hoa a Veterans for Peace button, which he holds in the picture with me. In parting, Hoa and his wife graciously thanked me, and Hung went with us out to the car for our long ride back.

Muoi Than, NLF Soldier

Muoi Than told me during our interview: "The people are right in saying it's a people's war. When you are young you want to do the right thing. The Northern youngsters sacrificed a lot to come and fight in the South. Not all the Americans were bad, but when they came we followed Uncle Ho's saying: 'It's better to fight for freedom than die enslaved.' Everyone thought that, otherwise they would not have had the courage to fight." Muoi Than was first introduced to me by Nguyen Trong Hung. As I was leaving Vietnam, Hung met me in Hanoi and told me about Muoi Than, who had been imprisoned at Con Dao with Ba Den.

During my second visit to Vietnam in 2013, I had the opportunity to meet Muoi Than in person. We met in the small office of the Biet Dong Committee, on a military-run facility on Cach Mang Thang 8 Street, formerly called Le Van Duyet, District 10, Ho Chi Minh City. As it happened, this meeting place was less than two kilometers from the former location of the Combined Military Interrogation Center (CMIC), on To Hien Thanh Street, where I interrogated POWs and Chieu Hoi defectors in 1968. In addition to meeting Muoi Than, I was also introduced to the other five committee members. It was at that meeting that they got to know each other and we agreed to my interviews with other Biet Dong. After the meeting, Hung's wife, Dung, translated for me, and I had the first of several opportunities to talk with Muoi Than during the next two weeks. As I did with all of the people I interviewed, I introduced myself as a former soldier and veteran who wanted to take this opportunity to hear the personal stories of the people who fought the Americans, and why they fought.

Muoi Than started with his family and his early history:

I was born in Saigon, the youngest of ten. My parents called me
Muoi [Ten] following the traditions of Northerners in naming
children. My family was from Hai Phong. In 1934, my father,
after having six children, had to say goodbye to his family to
become a day laborer to pay the heavy taxes, especially the capi-
talization tax levied under the French colonialists. First he went to
a rubber plantation in Cambodia, and then, in 1936, to a plantation
in Dau Tieng, Vietnam. In 1938 my father fled the servitude of the
plantations to labor as a construction worker in Saigon. He dili-
gently saved his money and in 1940 took the train North to fetch
his wife and children. He only had enough money to take his wife
and three youngest children back to Saigon, where they had four
more children. I was born in 1944.

Because of the 1954 Geneva Accords, the other children in the family
had to remain in the North. Muoi Than went to school, and graduated from
high school. After school he followed his father's path as a construction
worker doing mostly concrete/masonry work, but also some carpentry and
electrical. He was able to pay off the ARVN and stay out of the RVN draft.
In 1964 Muoi Than was recruited to the NLF by his older brother. When I
asked him why he joined the Biet Dong, he replied, "It was just a natural
thing to join the Special Forces because my family had already joined the
Viet Minh in the North. My mother cooked for the Viet Minh and my
brothers joined the Viet Minh." His superiors, however, recognized his
resourcefulness and education and advised him to stay in the city and
join the underground Biet Dong cell code named Y12. Muoi Than said,
"Then [1965], if people my age wanted to stay in the city, the best thing to
do in order to have freedom of movement as a member of the resistance
was to join the RVN armed forces. I trained to be a sailor, first at Nha
Trang for three months, later at Ba Son. In six months I was a petty officer
with training in mines and fuses in addition to small arms weapons. I took
advantage of the opportunities to travel back and forth between bases. I
drew military layout maps, and I was also a good ballroom dancer, so
I was at almost every well-known bar and dance club in Saigon: The
Metropole and other clubs on Rue Du Cat and Tu Do streets. I had many

opportunities to meet American and Republican soldiers and report [back] to my commanders."

In 1968 Muoi Than was assigned to the A54 secret unit, and during the Tet Offensive he was one of the soldiers who attacked Gate 4 on Ton Son Nhut Air Force Base, near the Saigon Joint Chiefs of Staff. The attack, which was a diversionary move, lasted four or five hours, after which they withdrew. Muoi Than was not wounded, nor was his identity compromised, and later he returned to his duties as an RVN sailor.

In 1968, Muoi Than married Lam Xuyen, and they had a son in 1969. Xuyen did not know that Muoi Than was a member of the resistance, and when she found out, she feared for her safety and left him, fleeing to the relative security of her family's village.

In May 1969 Muoi Than gave a military layout map prepared by him to Muoi Ly, a comrade in the Biet Dong Y12 cell. Ly in turn gave the document to a cousin, who, while drunk on a motorbike, dropped it in the street. The map was found and turned over to the military police, and the cousin was arrested. The cousin informed on Muoi Ly, and Ly was arrested. Under intense torture, Ly told the MPs about Muoi Than. After Muoi Than was arrested, he was tortured, but he said, "From the moment of the arrest I did not acknowledge that the document belonged to me." This denial and unproven charge against him resulted in Than being sent originally to Bang Ky and then to Chi Hoa Prison, which was usually used for political prisoners. He was later transferred to Con Dao, where Ba Den, one of the only survivors of the Tet 1968 attack on the US embassy, was also imprisoned. Muoi Than said the effects of torture and deprivation are still very much a part of his life, but he did not elaborate.

In 1973, with the signing of the Paris Peace Accords, Muoi Than and many others were released. Than continued his resistance at the Cu Chi NLF Base and worked as a liaison/scout, as a lieutenant. In 1974 Than got married, again without telling his wife about his NLF/Biet Dong connections. This wife's family had strong connections to the government, and many ended up in the United States. One of his daughters married an American and lives in California. In 1975, with the liberation of Vietnam imminent and the fall of Saigon near, Than's wife and friends were in a state of near panic—they had swallowed the government propaganda that any women who had painted nails would have their nails ripped off. Muoi Than said that was not going to happen and showed his wife and friends his K54 pistol, unmasking himself as an undercover Biet Dong agent. Muoi Than was smiling as he recalled this incident. His second wife later died, and when he met for the interviews he was with another woman, a retired army officer.

As I closed our interview, Muoi Than thanked me for my interest and said that it is for the next generation to tell the truth and stories of Vietnam. He said that he has a happy life and appreciates friends like me. Muoi Than, like many Vietnamese, drove a motorbike, and after our interview at the Biet Dong Committee he strapped on his helmet, mounted his bike, and plunged into the controlled chaos of Saigon traffic on his way out to see his small orchard of *vu sua* trees in Can Tho.

The day before I left Vietnam, Muoi Than and I went to the military cemetery where Ba Den is buried. The car and driver were furnished by Hung. Muoi Than knew that I had not had time to visit Ba Den's grave on my trip to Vietnam the year before, and had instead given Hung and Michael a *bat huong,* a Vietnamese funereally incense holder, for them to place for me at Ba Den's grave to show my respect for the man I had interrogated after Tet Mau Than 1968. (As I noted in the introduction, I believe that it was the Biet Dong Committee's appreciation for that gesture of respect that helped facilitate my introduction to the Biet Dong and the interviews that followed.) We entered the cemetery through a large gate with stacked roofs with upturned corners in the Sino-Viet style. The grounds were well kept with paved and stone pathways and tombs laid out in orderly rows of polished dark granite.

Everywhere there were flowering shrubs and trees, and many tombs had fresh flowers. We paid our respects at Ba Den's grave with offerings of incense, and we left some flowers. On our way back to my hotel, we stopped at the Saigon Zoo. There Muoi Than showed me a little cafe that during the war had been a NLF listening post and undercover NLF cell. It was a place often used by ARVN and government officers to gather and talk, and the conversations provided good intelligence to the resistance. Muoi Than also remarked, in the course of our conversation sitting in the cafe, that Ba Den's son worked at the zoo in some capacity. This bit of information really surprised me, as I was about to leave the next morning. Had I known that Ba Den's son was nearby, I would have made time to meet him.

As we were about to leave the cafe, I noticed a large calendar on the wall with a picture of General Vo Nguyen Giap commemorating the sixtieth anniversary of the victory of the PAVN over the French at Dien Bien Phu in 1954. I took a close look at it, and Muoi Than asked if I wanted it. I said of course and offered to pay for it. He just walked over to the wall, took it down, and, to my amazement, rolled it up and handed it to me, waving off my offer of payment. I was profuse in my thanks. What a memento for our last meeting.

Muoi Than and I had more in common than I could have imagined. We were both born in 1944, both worked in construction, and while I was stationed in Cholon, Saigon, our paths probably crossed in our many separate trips to the bars and clubs of Plantation Road and Tu Do Street. I look forward to seeing him when I return to Vietnam.

Ba Den

The defining moment of the American War in Vietnam was the 1968 Tet Offensive, and the attack by Biet Dong commandoes on the US embassy in Saigon. Ba Den was one of the leaders of that raid. Out of an assault force of sixteen, only he and two others survived.

Ba Den was named Ngo Van Giang by his grandparents, but like most Vietnamese resistance fighters he had several names. His grave in the Ho Chi Minh Martyrs Cemetery in Saigon carries the name of Ngo Thanh Van; his party biography, which lists his birth name as Ngo Van Van, notes an alias: Nguyen Van Dong.

Born in 1925 in the Red River Delta village of Hoa Luong, Thuong Tin district, Ha Tay province, about fifty kilometers southwest of Hanoi, Ba Den spent his first eighteen years in his hometown and worked as a blacksmith before moving south to Saigon with his mother, Do Thi Yen, his aunts, and his brothers, Ngo Van Phong and Ngo Van Hiep. His father, Ngo Van Chu, had committed suicide in despair over the family's extreme poverty.

In Saigon, Ba Den joined the Vanguard Youth Organization, part of the Southern Viet Minh, and in 1948 he became a party member. Shortly after arriving in Saigon, Ba Den married Bui Thi Nam, and they raised six children: Ngo Thi Sam, Ngo Viet Hung, Ngo Thi Nhung, Ngo Viet Dung, Ngo Quoc Tuan, and Ngo Viet Tho. Ba Den, his wife, and all six of his children served in the resistance. His daughter, Ngo Thi Nhung, was killed in an American air strike in Cu Chi.

According to Ngo Thi Sam and Ngo Viet Tho, who were interviewed for this biography, their father's motivation for joining the resistance developed from his patriotism and opposition to foreign invaders. Described as short-tempered and determined by his children, Ba Den was imprisoned twice in Chi Hoa Prison, from 1951 to 1954 and from 1958 to 1960. He later served as a commissioner, secretary, and commander of special operations attacks.

In 1963, as commander of Unit 159, under the operational control of F100, he organized the February 1964 attack on the Kinh Do movie theater, which killed several Americans. In the aftermath of the embassy attack, Ba Den wondered why "heaven left him alive."

After Liberation, in an article in *Mau Than Sai Gon,* Ba Den confided: "I have not forgotten the bloody images of the US embassy battle. I remember every face, every word. I think of those generals who commanded tens of thousands of troops while sacrificing many; we cannot know what was in the hearts of those comrades."

Ba Den spent five years imprisoned in Phu Quoc Prison; like many of his fellow prisoners, he left the prison emaciated and barely able to walk. He was sent North to recuperate in 1973 and returned South in January 1975. He worked as a captain of the 316th Regiment in Saigon. In 1975 he remarried, much to the disapproval of his children, and, in a cruel irony after surviving the war and prison, died in a traffic accident on the Y Bridge in Cholon, Saigon. He was driving a Honda 67 motorcycle, and the other driver, a soldier fresh from the jungle, turned and slammed into him.

Ba Den was respected and admired by his comrades and today remains one of the more celebrated heroes of the Southern resistance.

Glossary

Agent Orange: The United States used the British practice of defoliation in Malaysia during the conflict of 1948–1960 as a precedent for its massive herbicide campaign called Operation Ranch Hand, in which the US Air Force sprayed 20 million gallons of toxins throughout the South Vietnamese countryside between 1961 and 1972. As with the British campaign, the US sought to defoliate forested land in order to deprive guerrillas of food and concealment, especially around sensitive areas, such as base perimeters The program also played a part in the American policy of urbanization, which aimed to destroy peasant self-sufficiency in the countryside, force their migration to US-controlled cities, and thus deprive guerrillas of their most important base of support. Agent Orange was effective in killing vegetation—but only at the price of causing considerable ecological damage to Vietnam and of exposing thousands of people to potentially toxic chemicals that would later cause serious and sometimes fatal health problems. Dioxin, the main toxin in Agent Orange, is a highly persistent chemical that only slowly degrades in the environment. In subsurface soil, dioxin will remain largely unchanged over time. It is a known carcinogen.

Vietnam reports that some 400,000 people have suffered death or permanent injury from exposure to Agent Orange. It is estimated that 2 million people have suffered from illnesses caused by exposure and that half a million babies were born with birth defects due to the effects of Agent Orange. Roughly 2.8 million US military personnel—out of 7.4 million total—who served in Vietnam between 1962 and 1971 were exposed to Agent Orange.

The number of Vietnam veterans affected by Agent Orange is astonishing. Roughly 300,000 veterans have died from Agent Orange exposure, almost five times as many as the 58,000 who died in combat.

ARVN: The commonly used abbreviation for the Army of the Republic of Vietnam (aka South Vietnam).

B-52: The B-52 Stratofortress was a heavy bomber that the US Air Force used to drop 250- and 500-pound explosives and cluster bombs on areas of both North and South Vietnam, as well as Laos and Cambodia, during the war. Over thirty B-52s were lost in Vietnam; however, they were very effective. Between 1965 and 1975, the United States and its allies dropped more than 7.5 million tons of bombs on Vietnam, Laos, and Cambodia—double the amount dropped on Europe and Asia during World War II. Pound for pound, it remains the largest aerial bombardment in human history. The countries affected remain heavily contaminated with unexploded ordinance.

Ba Den: One of the sixteen Biet Dong soldiers who attacked the US embassy in the 1968 Tet Offensive, and one of the three who survived.

Biet Dong: The name given to the clandestine urban assault organization responsible for many of the attacks in Saigon as a part of the 1968 Tet Offensive.

Casualties: In 2008 the *British Medical Journal* estimated that 3,812,000 Vietnamese died in the Vietnamese wars between 1955 and 2002. In 1995, Vietnam released its official estimate of the number of people killed during the Vietnam War: as many as 2 million civilians on both sides and some 1.1 million North Vietnamese and NLF fighters. Another 500,000 Vietnamese died during the anti-French resistance war (First Indochina War) of 1945–1954, including 200,000 civilians. In several interviews the Pulitzer Prize-winning novelist Viet Thanh Nguyen indicated that the United States is directly and indirectly responsible for 6 million dead in Southeast Asia (Vietnam, Laos, Cambodia). That may be a conservative estimate, considering the deaths that have resulted from defoliant spraying and unexploded munitions leftover from the largest aerial bombardment in human history (see B-52 above). See also in the bibliography: Hirschman, Preston, and Vu, "Vietnamese Casualties during the American War: A New Estimate"; Lewy, *America in Vietnam*; and Thayer, *War without Fronts*.

Chieu Hoi: Also called "Open Arms," the program encouraged NLF and PAVN soldiers to desert and change allegiance to the Republic. These former soldiers, also called "ralliers" (*hoi chanh*), were sometimes given money, especially if they could locate arms caches, and were sometimes incorporated into ARVN and US units as Kit Carson Scouts. However, the campaign faced corruption in both Chieu Hoi and ARVN ranks; for example, some ARVN troops posed as ralliers and shared the monetary rewards with program officials. In addition, the NLF took advantage of the ARVN's lax security in order to infiltrate its spies into enemy units. Concern grew that the program had greatly overstated its purported effectiveness and lacked any reliable statistical proof to support its claims. For more information, see Koch, "The Chieu Hoi Program in South Vietnam, 1963–1971," in the bibliography.

CMIC: The Combined Military Interrogation Center operated as a joint ARVN/US prisoner of war interrogation complex and was a part of the 519th Military Intelligence Battalion, which also included the US Army Combined Intelligence Center, Vietnam, the Combined Document Exploitation Center, and the Combined Materiel Exploitation Center.

Company A, 519th Military Intelligence Battalion, 525th Military Intelligence Group: Company A housed interrogators, analysts, image interpreters, and editors in two French-built barracks off the old French-named Plantation Road (Nguyen Van Thoai) in Cholon, Saigon, not far from the Phu To Hoa racetrack.

Con Dao Prison: The infamous French-built prison on Con Son Island off the southeast coast of Vietnam, later used by the RVN as a brutal POW camp. It utilized the infamous and feared tiger cages. The prison was finally shut down after Liberation in 1975. Several of the Biet Dong interviewed for this book were imprisoned and tortured there. Two museums documenting the history are open to the public, and it is likely that the revelation of RVN brutalities there may have at least partly contributed to the harsh treatment meted out to former South Vietnamese regime members after Liberation.

Geneva Accords: Following the defeat of the French at Dien Bien Phu and the signing of the Geneva Peace Accords of 1954, French forces exited

Vietnam after one hundred years of occupation. The most significant provisions temporarily divided Vietnam at the 17th parallel, creating a Northern zone administered by the communist Democratic Republic of Vietnam (DRV) under Ho Chi Minh and a Southern region dominated by the French Union. An accompanying declaration called for national elections in 1956 to determine the government of a reunified country. However, these agreements were never finalized, thanks to the opposition of former emperor Bao Dai and the United States. By 1956, with American support, the virulently anticommunist Catholic Ngo Dinh Diem emerged as the president of the Republic of Vietnam (RVN), created in 1955 to govern the South.

May Offensive: Also known as "Mini Tet" or "Little Tet." From early May through June 1968, PLAF forces reinforced by PAVN cadres attacked over one hundred locations throughout South Vietnam. Major fighting broke out in Cholon, Saigon, leaving large areas of Cholon destroyed by allied air strikes that added to the eight thousand civilians killed since the beginning of the first Tet Offensive earlier that year. Another 320,000 people were made homeless. May 1968 marked the largest single casualty count of the war for US forces, with two thousand dead.

MP: Military Police duties include the enforcement of military law, order, and regulations; the control of traffic and stragglers; the handling of prisoners of war; the operation of checkpoints and route security; the prevention and investigation of crime; and fighting as infantry if required. The 716th Military Police Battalion in Saigon played a major role in stopping the NLF's Saigon attacks during the Tet Offensive, suffering over seventy casualties.

Napalm: A petroleum-based chemical that the US military dropped from aircraft in canisters as an antipersonnel weapon. The canisters explode on contact with the ground, spraying burning gel everywhere, igniting houses and people alike. An iconic Vietnam War picture shows a napalm spattered naked girl, Kim Phuc, running down the street, her clothing and skin burned off.

NLF: The National Liberation Front was a Southern-based resistance movement of former Viet Minh and other anti-government interests that coalesced in a formal organization on December 20, 1960, at a secret location outside of Saigon. Called simply the Front or Mat Tran by its supporters, the NLF was an umbrella organization that consisted of professionals, Buddhists, Catholics, and members of the Vietnamese Workers Party (Lao Dong). It was opposed to the corruption of the Diem government. The group called for, among other things, land reform, reuniting the Southern and Northern zones, and the removal of foreign troops. The Southern resistance called for the direct military overthrow of the Diem regime, pushing the Politburo to authorize the effort to "liberate the South," and the establishment of the NLF. Although the Communist Party directed the overall conduct of the war, local NLF commanders often operated independently, reacting and operating as their situations dictated. In the South, this was more often the case than not, until PAVN forces finally rolled through the gates of the RVN Presidential Palace in April 1975.

NVA: The NVA (North Vietnamese Army) was a term commonly and erroneously used to designate the People's Army of Vietnam (PAVN) as a Northern force. The PAVN was the army of the DRV, and that included integration and reinforcement with PLAF (NLF) forces in the South. The DRV never referred to its forces as NVA. Use of this term allowed the United States and the self-declared southern entity RVN to label the North as an aggressor state and maintain the fiction that there were two countries in Vietnam. It is an interesting and ironic commentary that neither the RVN or DRV considered Vietnam to be anything but a single nation.

Order of Battle: The listing of military troop strength and experience, locations, weapons, personnel, battle plans, and tactics deployed in a specific battle. This information, most often drawn from interrogation reports and intelligence analysts, is essential to the prosecution of wars. Order of Battle intelligence accurately estimated the actual troop strength necessary to launch the Tet Offensive. The revelation of the cover-up of these actual troop numbers led to a major reassessment of the "light at the end of the tunnel" falsehood. This fiction said that the United States was killing its way to victory, but there were far more able-bodied PLAF soldiers than the United States would admit to. The assertion that the Southern resistance was decimated was a tenet of MACV policy under General Westmoreland prior to the Tet Offensive. The Tet Offensive revelations changed the course of the war.

PLAF: The People's Liberation Armed Forces, formally established in February 1961 as the military wing of the NLF. This organization had grown to include twenty-five thousand members by 1962, and its effectiveness, from hamlet militias to regional and main force units, led to the successful opposition to RVN and US forces that ended the war.

PAVN: The People's Army of Vietnam had served as the army for the communist-led Vietnamese revolution since its formation in 1944. DRV leaders committed it to fighting the war in the South in the 1960s. Concentrated mostly in the North, and along the Southern border of the Demilitarized Zone (DMZ), PAVN forces directly engaged US and ARVN units in sometimes heavy and direct combat, assaulting firebases and engaging in large battles like, most notably, the Battle of the Ia Drang Valley in 1965. In this and other battles, the PAVN proved their competence and willingness to confront the heavily armed Americans and exact substantial losses, despite their own heavy casualties. During the entire course of the war, PAVN forces protected and rebuilt the Ho Chi Minh Trail through which it successfully infiltrated its soldiers, Tap Ket returnees, and war supplies to the Southern resistance.

Peace Talks/Paris Peace Convention: From 1964 to 1972 there were many attempts to resolve the war in Vietnam. The first significant proposal came in 1965, when DRV premier Pham Van Dong proposed a return to the agreements of the 1954 Geneva Accords and a withdrawal of US forces. The United States did not accept all of those proposal points, and although there were several other plans proposed and cease-fires attempted over the next two years, it was not until 1968 that peace talks in Paris held out any serious chance for a mutual agreement. On November 2 of that year, President Lyndon Johnson announced plans to suspend the US bombing of North Vietnam in hopes of forcing RVN president Nguyen Van Thieu to participate in the talks. The negotiations were sabotaged by Republican presidential candidate Richard Nixon and future national security advisor Henry Kissinger using Anna Chennault, wife of Claire Chennault of World War II Flying Tigers fame, as a go-between, advising Thieu to reject the agreements and end the talks in order to give Nixon a boost in the upcoming election. Johnson, learning of this treachery, called it treason. About sixteen thousand Americans had died in 1968 alone, along with tens of thousands of Vietnamese, and with the shock of the Tet Offensive earlier that year, Americans had grown weary of the war and welcomed a chance at peace. However, thanks to the collapse of talks in 1968, the war continued for many years more, adding over twenty thousand US deaths and hundreds of thousands of Vietnamese deaths.

Peace talks resumed, however, and in 1973 a settlement in Paris enabled the United States to withdraw and welcome back POWs held in Hanoi. Nixon got Thieu to agree to the plan by promising military support if the North violated the accord, but the collapse of congressional and public support for the war, along with Nixon's resignation in August 1974, prevented any such military reengagement. There is no consensus that the peace talks would have been successful, given the stated goals of the RVN and DRV. After routing the French and enduring twenty-five years of US involvement, from the formation of the Military Assistance Group in 1950 to the final US casualty on April 29, 1975, the communists would never have submitted to a kind of neocolonial government in the South.

In March 1975, PAVN forces initiated a major offensive in the central highlands, routed the large ARVN forces, and entered Saigon on April 30, destroying the RVN.

Pham Xuan An: Spy, journalist, soldier, patriot, and now one of the most famous intelligence operatives of the twentieth century. A soldier-spy since 1944, beginning with the Viet Minh, he infiltrated into the ARVN in the 1950s, working in the psychological warfare unit G5, and later learned under Colonel Edward Lansdale, a CIA operative. These skills would serve him well as a communist spy. During this time he also traveled to the United States for college study, attending Fullerton College in California on a scholarship, during which he interned as a journalist for the *Sacramento Bee*. Back in South Vietnam, he worked part time for the Associated Press and Reuters, then for *Time* from 1965 to 1975, rising to become the magazine's Saigon bureau chief. Pham helped to plan attacks in Saigon as part of the Tet Offensive with his intelligence chief Tu Cang and instructed NLF soldiers in tactics that proved useful in fighting against the US helicopters, most famously in the Battle of Ap Bac. He was *Time* magazine's bureau chief when communist tanks drove through the gates of the Presidential Palace.

Phosphorous: White phosphorus, known among Americans in Vietnam as "Willie Pete," was widely used in both illumination flares and in antipersonnel weapons. Similar to napalm (see above), the chemical substance was used in shells and grenades to ignite spontaneously at around 30 degrees C, producing intense heat and thick pillars of white smoke. It burns skin and flesh to the bone and does not stop burning until all its component particles are consumed, or it is deprived of atmospheric oxygen.

RVN: Republic of Vietnam, also called the South Vietnamese government. Established after the Geneva Accords in 1954 as an anticommunist government, it was first headed by Ngo Dinh Diem.

Tap Ket: The term used to describe the anti-French resistance regrouping to the Northern zone in compliance with the Geneva Accords of 1954. About 150,000 regroupees went North for training and reequipping. Many of these cadre later infiltrated back into the South to rejoin the Southern resistance under the organization of the NLF.

Tet Offensive: Also known as Su kien Tet Mau Than, or General Offensive and Uprising, the offensive was launched in January 1968. Over sixty thousand PLAF and PAVN soldiers attacked almost every provincial and district capitol south of the DMZ. In fighting that continued sporadically into March, Communist forces suffered heavy casualties, but the surprise and scale of the offensive shocked American civilians and undermined their belief in political and military leaders, who had assured them that the US was winning the war. The United States lost twenty-eight hundred killed during this period.

Viet Cong: Originally a contraction of the term *Viet gian cong san* (Communist traitor to Vietnam), a derogatory term used by RVN president Ngo Dinh Diem, the name grew in popularity. It grew to be more widely used from the abbreviated term *Viet cong cong san* (Vietnamese communists). Many Americans began to adopt "VC" as an abbreviation, along with "Victor Charlie," which used the military alphabet. During the war, RVN and US leaders used the term to broadly describe all enemies in Vietnam, including PAVN, NLF, and PLAF forces.

Viet Minh: An abbreviated form of Viet Nam doc lap Dong Minh, or League for the Independence of Vietnam, a nationalistic coalition formed at Bac Bo in 1941 under the leadership of the Indochinese Communist Party, later called the Communist Party of Vietnam. Initially formed to challenge the French colonial government, it also fought the Japanese after they invaded Vietnam in World War II, and later the French again when they returned to Vietnam to reclaim their colony after Japan's surrender in 1945. Under the military leadership of Vo Nguyen Giap, the Viet Minh grew to defeat the French at Dien Bien Phu in 1954, forcing the departure of their former colonizer from Vietnam. In the wake of the Geneva Accords of 1954, Southern resistance continued in the Second Indochina War against the United States and the RVN, reorganizing in 1961 as the PLAF, the People's Liberation Armed Forces, the armed wing of the NLF. The arms listed below formed the basic infantry weapons used by PLAF forces in the southern front of the American War:

60/82 mm mortars
75 mm recoilless rifle
AK-47 assault rifle
RPD light machine gun
B40 rocket launcher
C-4 plastic explosives/TNT explosives
land mines
K54 pistol

Appendix

Maps and Documents

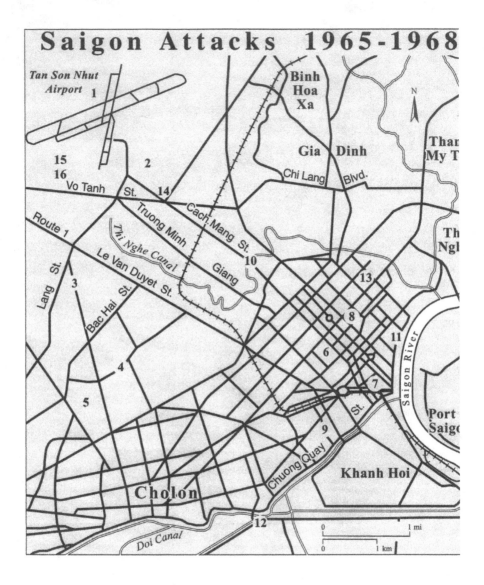

1. Ton Son Nhut Air Force Base, Gate 4 attacked by Muoi Than
2. MACV Headquarters, attacked by mortar by Nguyen Thi Bich Nga in 1967
3. Company A, 519th Military Intelligence Battalion, Plantation Road
4. CMIC, 200 meters from Phu To Hoa racetrack on To Hien Thanh
5. Pho To Hoa racetrack, scene of heavy fighting during January, February, March, and May of 1968
6. Presidential Palace, attacked by Nguyen Duc Hoa
7. Old US embassy on Ham Ngia Street
8. US embassy, attacked by Ba Den during the Tet Offensive, closed in 1975, demolished in 1998
9. De Thuan Street, home of Le Hong Quan
10. Cong Ly Bridge, the site of Nguyen Van Troi and Nguyen Huu Loi's foiled attack on Robert MacNamara
11. Vietnam Naval Headquarters
12. "Y" Bridge, where Ba Den was killed in a traffic accident in 1976
13. National Radio Station, attacked during the Tet Offensive
14. South Vietnam General Staff Compound, attacked during the Tet Offensive
15. US MACV Headquarters
16. South Vietnamese Military Headquarters, attacked during the Tet Offensive

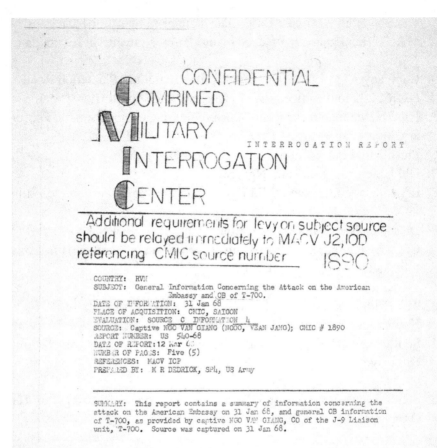

CONFIDENTIAL
COMBINED
MILITARY
INTERROGATION   I N T E R R O G A T I O N   R E P O R T
CENTER

Additional requirements for levy on subject source
should be relayed immediately to MACV J2,IOD
referencing CMIC source number   1890

COUNTRY: RVN
SUBJECT: General Information Concerning the Attack on the American
        Embassy and OB of T-700.
DATE OF INFORMATION: 31 Jan 68
PLACE OF ACQUISITION: CMIC, SAIGON
EVALUATION: SOURCE C INFORMATION 4
SOURCE: Captive NGO VAN GIANG (NGOO, VEAN JANG); CMIC # 1890
REPORT NUMBER: US 540-68
DATE OF REPORT: 12 Mar 68
NUMBER OF PAGES: Five (5)
REFERENCES: MACV ICP
PREPARED BY: M R DEDRICK, SP4, US Army

SUMMARY: This report contains a summary of information concerning the
attack on the American Embassy on 31 Jan 68, and general OB information
of T-700, as provided by captive NGO VAN GIANG, CO of the J-9 Liaison
unit, T-700. Source was captured on 31 Jan 68.

DOWNGRADED AT 12 YEAR INTERVALS
NOT AUTOMATICALLY DECLASSIFIED
DOD DIR 5200.10

CONFIDENTIAL

CONFIDENTIAL   US 540-68

1. General Information Concerning the VC Unit that Attacked the US Embassy on 31 Jan 68:

a. General. On 28 Jan 68, the CO of the Political Sect, T-700, a man by the name of BA TAM (BA, TAM), ordered source and two other cadre to attack the American Embassy in SAIGON. They were assisted in the attack by 12 other men. The entire unit met in TAN GIAO Ham, AN TINH Vil, TRANG BANG Dist, HAU NGHIA Prov, and discussed the forth coming attack. Shortly after a three hour conversation, the unit departed for SAIGON.

b. The attack. At approx 0300 hours on 31 Jan 68, the attack began. Part of source's unit (nine men) dynamited a section of the south outer wall and entered through the opening. Immediately upon entering the inner area, four men of the unit were killed by US return fire. A phase of the attack called for six men of the unit to be allowed entry into the Embassy grounds through the east gate by one member of the initial attacking unit. However, this was thwarted by the intense US counter fire. (Note: Source was not entirely sure of the exact details concerning this portion of the attack.) Consequently, the six men came around to the opening in the south wall and entered there. Source was wounded shortly after entering the inner grounds. Source then went to the western side of the Embassy where he was captured. (Note: Further details of the attack were unknown.)

c. Weapons:

Two x B-40 ATGLs

Eight x AK-47s

Three x K-54 Pistols

30 x kg of TNT

d. Personalities:

CO: BAY TUYEN (BAY, TUYEEL); formely a cadre in the Y-4 Recon unit.

XO: CPT UT PHO (UATS, NHOWR); formerly a cadre in the Political Sect, T-700.

XO: NGO VAN GIANG (NGCC, VAAN JANG); formerly the CO of J-9, T-700.

Soldiers: HANG (NANG), PVT of Cell 1, J-9

VINH (VINH), PVT of Cell 2, J-9

2

CONFIDENTIAL

CONFIDENTIAL US 540-68

2. Locations:

a. General. As of 28 Jan 68, the HQ Sect, Political Sect, Staff Sect, and Rear Svc Sect of T-700, were located in a jungle two km east of Highway 14 in AN DIEN Vil, BEN CAT Dist, BINH DUONG Prov. (Hearsay).

b. Cell 1: In SE NHO Vil, CU CHI Dist, HAU NGHIA Prov.

c. Cell 2: In THANG CIAO Ham, AN TINH Vil, TRANG BANG Dist, HAU NGHIA Prov.

d. Cell 3: In HAM PHU Ham, AN TINH Vil, TRANG BANG Dist, HAU NGHIA Prov.

e. Cell 4: In AN HUNG Vil, DUC HUE Dist, HAU NGHIA Prov.

f. Cell 5: In DIA RAY Vil, near the border of DUC HUE Dist, HAU NGHIA and LONG AN Provinces.

g. Cell 6: In ABO CONG Ham, DUC HOA Dist, HAU NGHIA Prov.

h. Cell 7: In MY HANH Vil, DUC HOA Dist, HAU NGHIA prov.

i. HQ of J-9, Cell 8: In SE NHO Vil, CU CHI Dist, HAU NGHIA Prov. (Note: The above listed cells were all subordinate to the J-9 Liaison Unit, T-700.)

3. Organization. (See Inclosure).

4. Mission. The J-9 Liaison Unit had the responsibility of conducting liaison between SE NHO Vil, CU CHI Dist and the BA THU Area, DUC HUE Dist, HAU NGHIA Prov. This liaison included the relaying of orders and the carrying of letters from village to village in J-9's area of responsibility. (Note: Source had no knowledge concerning the missions of the other units in T-700.)

5. Weapons of the J-9 Liaison Unit, T-700:

Six x AK-47s

Three x K-54 pistols

One x LMC (ChiCom)

20 x grenades (assorted types)

3

CONFIDENTIAL

CONFIDENTIAL

US 540-68

6. Morale. The morale of J-9 was good because the unit had rarely engaged in hostile operations; therefore, there were few casualties. The men of the unit appreciated their relative safety.

7. Personalities:

    a. J-9, T-700:

        CO: NGO VAN GIANG (NGOO, VEAN JANG)

        XO: BA MAI (BA, MAI)

        PO: HAI TRI (HAI, TRIS)

    b. Rear Svc Sect, T-700:

        CO: GIANG THANH (JANG, THANH)

    c. Staff Sect, T-700:

        CO: MAJ BA TAM (BA, TAM)

        Operations and Tng Officer: CPT BAY SON (BAYR, SOON)

    d. Political Sect, T-700:

        CO: CPT BA HAI (BA, HAI)

        Propaganda and Tng Officer: CPT BAY THUYEN (BAYR, THUYEENL)

8. Replacements.

    Men were received into J-9 whenever the unit suffered a casualty. The replacements usually came from the village where a particular cell was stationed. (Note: Source could not provide any details.)

    9. LEN. Source stated the LEN for J-9 was J-9; however, he could not state with certainty if the other units of T-700 followed this pattern.

4

CONFIDENTIAL

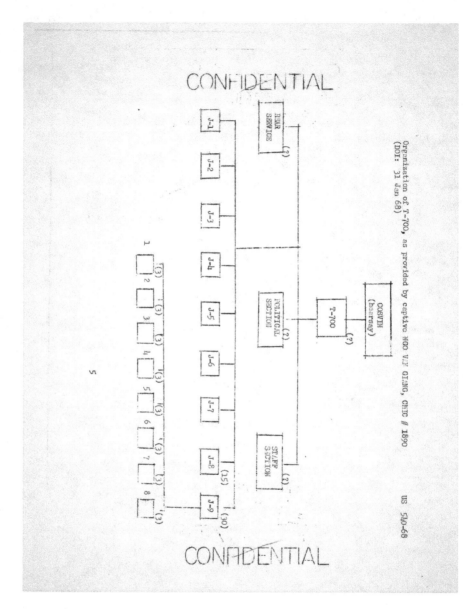

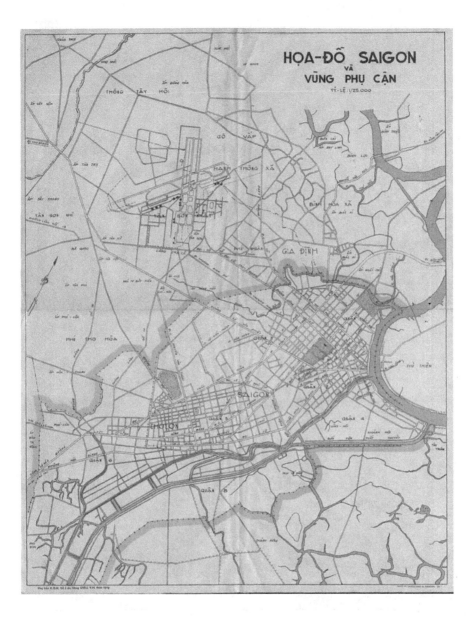

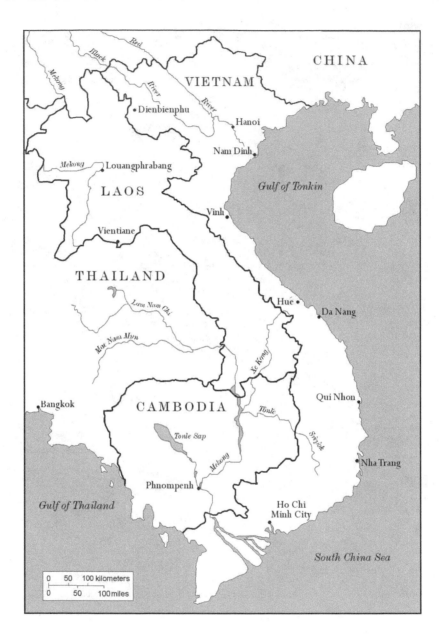

Bibliography

Ahern, Thomas L. *Vietnam Declassified: The CIA and Counterinsurgency.* Lexington: Univ. Press of Kentucky, 2010.

Bass, Thomas A. "The Spy Who Loved Us: The double life of Time's Saigon correspondent during the Vietnam War." *The New Yorker,* May 23, 2005.

————. *The Spy Who Loved Us: The Vietnam War and Pham Xuan An's Dangerous Game.* Amherst: Univ. of Massachusetts Press, 2009.

Borton, Lady. *After Sorrow: An American among the Vietnamese.* New York: Viking, 1995.

Dedrick, Michael. "Heroes of Tet." *Mekong Review,* October 31, 2017. https://mekongreview.com/heroes-of-tet/, accessed November 5, 2019.

————. "NLF/Biệt Động Narratives and Sài-Gòn Tết Attacks." Conference paper, "1968 and the Tết Offensive," Texas Tech University, Lubbock, Texas, April 28, 2018.

Elliot, David. *The Vietnamese War: Revolution and Social Change in the Mekong Delta 1930–1975.* Concise ed. Armonk, N.Y.: M. E. Sharpe, 2007.

Hirschman, Charles, Samuel Preston, and Vu Manh Loi. "Vietnamese Casualties during the American War: A New Estimate." *Population and Development Review* 21, no. 4 (1995): 783–812.

Hunt, David. *Vietnam's Southern Revolution: From Peasant Insurrection to Total War, 1959–1968.* Amherst: Univ. of Massachusetts Press, 2008.

Hữu Ngọc. *Viet Nam: Tradition and Change.* Edited by Lady Borton and Elizabeth Collins. Research in International Studies, Southeast Asia Series, no. 128. Athens: Ohio Univ. Press, 2016.

Koch, Jeanette A. "The Chieu Hoi Program in South Vietnam, 1963–1971." Research report. Santa Monica, Calif.: RAND Corporation, 1973. https://www.rand.org/pubs/reports/R1172.html.

Lewy, Guenter. *America in Vietnam.* New York: Oxford Univ. Press, 1978.

Li, Xiaobing. *Voices from the Vietnam War: Stories from American, Asian, and Russian Veterans.* Lexington: Univ. Press of Kentucky, 2010.

Lịch sử lục lương Biệt động Sài Gòn-Chợ Lớn-Gia 1945–1954 [History of the Biet Dong Special Forces of Saigon-Cholon-Gia Dinh 1945–1954]. Hà Nội: Nhà xuất bản Quân đội Nhân dân, 2003.

Lữ đoàn 316 [The 316th Brigade]. Thành phố Hồ Chí Minh: Nhà xuất bản Văn hoá-Van nghệ, 2013. History of the 316th Brigade, commanded by Tư Cang.

Nguyễn Đức Hùng. *Biệt động Sài Gòn-Chợ Lớn-Gia Định trong 30 năm chiến tranh giải phóng, (1945–1975)* [History of the Armed Force Biet Dong Saigon-Cho Lon-Gia Dinh Special Forces in the 30-Year Period of Liberation War (1945–1975)]. Thành phố Hồ Chí Minh: Nhà xuất bản Văn hoá-Van nghệ, 2010. Nguyễn, Đức Hùng (Tư Chu) is a sixty-five-year Communist Party member and former commanding officer of the Sài Gòn-Chợ Lớn-Gia Định Military Zone Special Forces.

Nguyen, Viet Thanh. *Nothing Ever Dies: Vietnam and the Memory of War.* Cambridge: Harvard University Press, 2016.

———. *The Sympathizer.* New York: Grove, 2015.

Thayer, Thomas C. *War without Fronts: The American Experience in Vietnam.* Boulder, Colo.: Westview Press, 1985.

Trần Minh Sơn, [Colonel]. "Hoi Ky Biệt động Sài Gòn" [Saigon Biet Dong memoir]. Thành phố Hồ Chí Minh: Tran Minh Son, 2015.

Turley, William S. *The Second Indochina War: A Concise Political and Military History,* 2nd ed. Lanham, Md.: Rowman and Littlefield, 2009.

Vuong Liêm. *Hát Ký Người nữ Biệt động Sài Gòn trên đường Hồ Chí Minh.* Hà Nội: Nhà xuất bản Thanh niên, 2005. The remarkable story of Huỳnh Thị Kiều Thu, a female Biệt Động who was captured, imprisoned, and tortured. Years after prison, with a cancer diagnosis, she rides a bicycle to Hanoi to see the tomb of Hồ Chí Minh and meet Võ Nguyên Giáp.

Acknowledgments

The first contact in Vietnam that led to this project was Le Van Tay. The circumstance of that meeting is outlined in the introduction. Like many things in life, that chance encounter led to other people and ultimately to the soldiers' narratives that form the heart of this project. There are many generous people who have made this book possible. Foremost are Michael Abadai, Nguyen Hong Trung, and Vu Thi Xuan Dung. Trung's contacts led to the Biet Dong Committee and through them to the eight NLF soldiers. Many thanks to the Biet Dong Committee for believing and trusting me to do these interviews.

I returned to the United States with the raw interviews to be transcribed, translated, edited in English, and translated back into Vietnamese. That process would not have been possible without the vehicle of the Vietnam Studies Group (VSG), a subcommittee of the Southeast Asia Council of the Association of Asian Studies. This site exists to provide resources and information for scholarly research, study, and teaching about Vietnam. The site is moderated by Judith Henchy, Head, Southeast Asia Section, University of Washington Libraries, Seattle. Although a former analyst/interrogator-linguist, my Vietnamese language skills had atrophied after a fifty-year gap. I turned to the VSG listserve, posted the outline of the project, and asked for pro bono help. The response was gratifying, with over a dozen Vietnamese and Vietnamese Americans (almost all native Southerners) responding.

Among them were Le Thi Thuong, Thang Pham, Dang Minh Phuong, Huong Nguyen, Thu Tam Trinh, Thieu Hoa Phan, and Nguyen Hong Bac. Le Thi Thuong, one of the early responders, stayed with the project for five years, ultimately editing the final submission of the Vietnamese texts. Critical to the edit of the English texts was Charles Wheeler, now a professional editor in Spain.

One of the earliest supporters of the book was Christoph Giebel, a professor for the Henry M. Jackson School of International Studies (Vietnam) and the Department of History (Southeast Asia) at the University of Washington–Seattle. I knew Professor Giebel from being a guest speaker in his classes at the University of Washington. Christoph introduced me to William Turley, emeritus professor at Southern Illinois University and the author of *The Second Indochina War.* Both professors generously wrote recommendations for the book proposal to the University Press of Kentucky.

Edwin E. Moise, a professor of history at Clemson University and the author of *The Myths of Tet* and other works, kindly read my book synopsis and suggested a few changes, and recommended a submission to University Press of Kentucky.

Martin Cedra and the staff at the National Archives were very helpful, both online and in person, when I researched at their archives.

Martha Gies, an author and editor, was very helpful in preparing the project for initial submission, and it is through her assistance that the proposal looked as professional as it did. Her workshops were helpful in reviewing parts of the manuscript.

Last, and surely not least, are grateful thanks to my wife, Mary Kay Feather, the real writer in the family, who unstintingly gave her time to read and edit the project.

Biet Dong Committee.

NLF soldiers Nguyen Van Troi (*left*) and Nguyen Huu Loi stand behind explosive equipment they were planting beneath the Cong Ly Bridge in Saigon when captured on May 12, 1964. They were charged with plotting to blast the bridge and kill US Defense Secretary Robert McNamara. Troi later jumped from a second-floor window at the police headquarters, attempting to either escape or commit suicide. He was injured, captured, and executed. (Associated Press Wire Photograph)

Tu Cang with Dzung and Muoi Than.

Bay Son at home.

Ba Den grave with Bay Son, Michael Abadai, and Bat Huong.

Nguyen Trong Hung and Nguyen Huu Loi.

Mr. Pham Xuan An (*left*) and Mr. Nguyen Van Tau (*third from left*)

Le Hong Quan with Abadai and the author.

Hung and Le Hong Quan with her former ID card as a
young woman. (Photography by Nguyen Hong Trung)

Nguyen Thi Bich Nga at home.

Do Thi Kim Lien.

Nguyen Duc Hoa and the author.

Muoi Than at Biet Dong Committee.

Ba Den planning meeting.

Pham Xuan An.

Pham Xuan An (*right*) with Bui Tin.
(Photography by Luke Hunt)

Tet Embassy Monument (photo by Mark Bowyer). The translated inscription reads:

Our country will be indebted forever
Our people will remember always
The Saigon-Gia Dinh biet dong
   soldiers
Who fought stalwartly and sacrificed
   valiantly
During the Tết Offensive
At the American Embassy on January
   31, 1968
For the effort to liberate our people

The author (*left*) with Hung (*center,* wearing his Biet Dong medal), and the Biet Dong Committee chairman (*right*).

Author and PAVN POW Ban
Me Thuot, 1968.

The author at the Majestic Hotel on the Saigon River, 2017.

Tiếng Nói Miền Nam

Chuyện Kể của Các Chiến sĩ Biệt Động của Mặt Trận Dân Tộc Giải Phóng

MICHAEL ROBERT DEDRICK

Lời Tựa do Christoph Giebel

University Press of Kentucky

Lexington, Kentucky

Cuốn sách này dành cho hàng trăm dân làng tị nạn đã bị giết trong cuộc không kích của Hoa Kỳ và Quân Lực Việt Nam Cộng Hoà ngày 7 tháng 5, 1968 ở Phú Thọ Hoà, gần đường Nguyễn Văn Thoại, Chợ Lớn, cạnh bên doanh trại của Đại Đội A, Tiểu Đoàn Tình Báo Quân Đội 519.

Trong chiến tranh sự thật là nạn nhân tử vong đầu tiên

Aeschylus

Bây giờ thì sự việc rõ ràng là phía Việt Cộng đã thành công trong việc khai thác thành tích xã hội và kinh tế mà thời kỳ thực dân đã để lại, mặc dù lúc đó nó bị che khuất bởi những quan niệm về lý tưởng của Hoa Kỳ, những thành công tạm thời của chính quyền miền Nam, và yếu thế của chính phe cộng sản. Chỉ có sự sụp đổ của lòng quyết tâm thắng cuộc của người cộng sản có thể thay đổi kết cuộc, và quyết tâm đó đã không bao giờ dao động. Xe tăng của Bắc Việt tiến vào Sài-Gòn ngày 30 tháng 4, 1975 đã đóng dấu niêm phong cho một chiến thắng mà du kích miền Nam đã dành được hơn một thập niên trước đó.

Thomas L Ahern Jr. *Vietnam Declassified*

Lời Tựa

Phát sinh từ mong muốn của tác giả để tìm lời đáp cho các câu hỏi còn sót lại từ những việc làm của ông trong thời chiến và tầm ảnh hưởng của nó, thêm vào đó một cuộc gặp gỡ tình cờ trước Bưu điện Sài Gòn cũ, cuốn sách về Lực lượng Biệt Động của Mặt trận Dân tộc Giải phóng (MTDTGP) miền Nam này không gì khác hơn là một khám phá. Các cuộc phỏng vấn với cựu thành viên Biệt Động còn sống mà ông Mike Dedrick đã thực hiện chứa đầy những nhận biết sâu sắc quan trọng và các chi tiết lý thú góp phần đáng kể vào sự hiểu biết của chúng ta về lực lượng cách mạng miền Nam Việt Nam. Cho đến nay, ngoài một vài ngoại lệ đáng chú ý, ngành Nghiên cứu Việt Học và Nghiên cứu về Chiến tranh Việt Nam phần lớn thiếu sự quan tâm nghiêm túc đến kháng chiến miền Nam. Đây là điều đáng ngạc nhiên vì những nhà cách mạng miền Nam đã là cột sống cho cuộc đấu tranh kéo dài gần hai thập kỷ của phía cộng sản và đồng minh của họ. Thật vậy, nếu không có họ, chiến thắng của cuộc cách mạng chủ nghĩa dân tộc Việt Nam vào năm 1975 sẽ không thể có được. Tuy nhiên, sau năm 1975, các ghi chú lịch sử đã gạt ra bên lề MTDTGP và những người miền Nam trung thành với họ. Họ là một điều bất tiện, ngăn trở cho dòng tường thuật đơn thuần của Hoa Kỳ và bên người Việt chống cộng về một cuộc chiến giữa hai phe, thường được cho là hai phe chính trị rõ rệt có tên gọi là "Bắc Việt Nam" và "Nam Việt Nam", và đồng thời họ cũng là mối đe dọa sẽ làm yếu đi những hân hoan tuyên bố khải hoàn thiên về miền Bắc của Đảng Cộng Sản Việt Nam. Tiếng Nói Miền Nam sẽ giúp sửa sai sự mất cân bằng đã có từ lâu này của hồ sơ lịch sử.

Trong các cuộc phỏng vấn, được dịch sang tiếng Anh một cách tinh xảo, người đọc sẽ biết được các chi tiết hấp dẫn về cấu trúc tổ chức của Biệt Động, sự giữ bí mật và cách biệt tuyệt đối của họ [giữa các đơn vị], và các hoạt động hai mặt vừa lập kế hoạch căn bản thật cẩn thận, vừa triển khai nhanh chóng, đột xuất. Các hồi ức cho người đọc một cái nhìn thoáng qua về lòng dũng cảm và tinh thần hy sinh của các thành viên Biệt Động, những động lực cách mạng dân tộc của họ, và nguồn gốc, tiểu sử gia đình gắn liền với các mạng lưới cách mạng xã hội, chống thực dân, chống đế quốc đã có từ lâu ở miền Nam Việt Nam, đặc biệt là bên ngoài đô thị và tầng lớp thượng lưu. Ngoài ra, con số nữ Biệt Động là một điều ngạc nhiên và sẽ góp phần đáp các câu hỏi về giới tính trong các phân tích lịch sử của cuộc chiến. Và cùng một lúc, người đọc cũng sẽ biết được những tình tiết gây ấn tượng sâu sắc về các sự kiện lịch sử cụ thể, như Sự kiện Tết Mậu Thân (Tết Nguyên đán năm 1968), và sự ngược đãi mà các chiến sĩ Biệt Động phải chịu đựng trong ngục tù. Ngoài những khía cạnh mà lời tựa chỉ có thể nhắc sơ qua, có nhiều điều trong cuốn sách này sẽ thu hút và mở mắt cho những độc giả có sự quan tâm nghiêm túc về Chiến tranh Việt Nam hoặc lịch sử quân sự hiện đại, đặc biệt là chiến tranh bất cân bằng.

Nhờ sự kiên trì của Mike Dedrick trong việc vươn tay để tiếp xúc những kẻ thù cũ và đưa câu chuyện của họ đến sự chú ý của những độc giả Anh ngữ, cuốn sách về Biệt Động miền Nam Việt Nam này sẽ thay đổi cách chúng ta thuật lại và diễn giải lịch sử lâu dài của cuộc chiến tàn bạo ở Việt Nam.

Christoph Giebel
Giáo sư tại Trường Quốc tế Học Henry M. Jackson và Khoa Sử Học
Đại học Tiểu bang Washington - Seattle

Mục lục

Lời Giới Thiệu của Tác Giả

Người Việt gọi cái đó là Kháng Chiến Chống Mỹ; người Mỹ gọi đó là Chiến Tranh Việt Nam. Tâm điểm của cuộc chiến đó là Sự kiện Tết năm 1968, người Việt còn gọi là Tết Mậu Thân. Trận chiến quyết định của Tết Mậu Thân là cuộc tấn công Đại Sứ Quán Hoa Kỳ ở Sài-Gòn, nơi mà mười sáu lính Biệt Động (lực lượng tấn công đặc biệt của Biệt Đội) trong đó có một người đàn ông tên là Ba Đen, đã đánh bom phá một lỗ to 1 mét vào bức tường của đại sứ quán, tiến vào sân và tham gia vào một trận đánh kéo dài sáu giờ khiến 13 kẻ tấn công chết cùng với năm lính Mỹ. Đối với người Mỹ, cú sốc thảm khốc của các cuộc tấn công Tết Mậu Thân trên toàn quốc và nhất là cuộc tấn công đại sứ quán, là một bước ngoặt trong sự ủng hộ của họ đối với cuộc chiến, đặc biệt là sau những lời hứa lặp đi lặp lại về "ánh sáng cuối đường hầm" dự đoán chiến thắng.

Năm 1968 tôi là một Nhà Phân Tích / Người Thẩm Vấn - Ngôn Ngữ Học, một phần của Đại Đội A, Tiểu Đoàn Tình Báo Quân Đội 519, Tập Đoàn Tình Báo Quân Đội 525. Tôi làm việc tại một tù chiến tranh chung kết giữa Hoa Kỳ và Việt Nam được gọi là Trung Tâm Thẩm Vấn Quân Sự Kết Hợp (CMIC), nằm ở Chợ Lớn, Sài-Gòn, dọc xuống con đường có tên là Plantation Road từ Cô A, gần Trường đua Phú Thọ Hòa.

Vào tháng 2 năm 1968, trong khi làm nhiệm vụ ban đêm tại CMIC, tôi được chỉ định thẩm vấn một tù binh đã bị chấn thương, tên Ba Đen, một trong ba người sống sót và là một trong những người chỉ huy của cuộc tấn công đại sứ quán. Chính vì cuộc gặp gỡ đó, và vì tầm quan trọng của các cuộc tấn công Tết Mậu Thân - đặc biệt là các cuộc tấn công ở Sài-Gòn và cuộc tấn công vào Đại sứ quán Hoa Kỳ - mà tôi trở về Việt Nam vào năm 2013, sau khi vắng mặt bốn mươi lăm năm. Tôi muốn xem Ba Đen còn sống hay không và gặp người lính nổi tiếng này. Chuyến đi này bao gồm Huế, sông Hương, Đà Nẵng, Viện Bảo Tàng Di Tích Chăm, Hà Nội, và Vịnh Hạ Long.

Tôi cũng có phần lo lắng cho chuyến về Việt Nam, nhưng điều đó đã sớm được giải tỏa khi tôi nhận thức được diện mạo và cảm giác của Sài-Gòn và khi được tiếp xúc với người dân Việt Nam.

Buổi sáng sau khi đến việc đầu tiên tôi làm là thuê xích lô đến trại lính cũ của Đại Đội A, Tiểu Đoàn Tình Báo Quân Đội 519 và đến khu tập thể CMIC. Tại cả hai địa điểm hoàn toàn không có bằng chứng về sự hiện diện của quân đội Mỹ trước đây - cả hai địa điểm đã hoàn toàn chìm đắm trong sự phát triển của Sài-Gòn, từ dân số dưới 2 triệu người vào năm 1968 lên hơn 8 triệu người vào năm 2013.

Giao thông trong thành phố rất đông, có rất nhiều xe máy, nhưng sự căng thẳng đó có một cái thay đổi lớn so với năm 1968. Hồi đó lối ra của tiểu đoàn chúng tôi có một bản cảnh cáo: Bạn sắp vào khu vực nguy hiểm nhất Việt Nam: Giao Thông Sài-Gòn. Tiểu đoàn của chúng tôi đã có một số thương vong thời kỳ đó - tai nạn giao thông và tấn công lựu đạn / vũ khí nhỏ. Khi lái xe thì thông thường bằng một tay trên vô lăng và một tay cầm súng trường hoặc súng lục nằm trên đùi. Người Mỹ lúc đó thiếu kiên nhẫn, tức giận, căng thẳng, sợ hãi và kiêu ngạo, cố gắng chen đẩy xe quân sự của họ giữa giao thông mà không quan tâm đến bất kỳ quy luật hoặc sự khác biệt văn hóa nào của Việt Nam. Không còn như thế nữa, với số lượng giao thông nặng nề nhưng không hỗn loạn, ít người Mỹ, và một cảm giác là thành phố sôi động, năng động, sạch sẽ và trật tự theo cách riêng của nó.

Sau Việt Nam, tôi đã hoạt động tích cực với nhóm Cựu Chiến Binh Việt Nam Chống Chiến Tranh (VVAW), giữ chức Quản Lý Khu Vực của tiểu bang Washington trong năm 1971-2. Trước chuyến đi này, tôi đã nghĩ rằng Bảo Tàng Chứng Tích Chiến Tranh ở Việt Nam sẽ hứng thú nếu nhận được một số tờ báo Winter Soldier cũ của VVAW và huy hiệu bằng vải và huy hiệu cài áo của VVAW cùng với một số huy hiệu bằng vải và huy hiệu cài áo của nhóm Cựu Chiến Binh Cho Hòa Bình, đặc biệt là từ cựu chiến binh Mỹ. Trước khi đến bảo tàng, tôi đã viết bằng tiếng Việt một tiểu sử và lời giới thiệu ngắn về mục đích chuyến đi của tôi - đây là bản dịch tiếng Anh:

Tôi là người Mỹ và tôi đã ở Việt Nam năm 1967-8. Tôi là một trung sĩ người Mỹ. Sau khi tôi trở về Mỹ từ Việt Nam, tôi đã làm việc vì hòa bình. Tôi đã rất tức giận và rất buồn về chiến tranh. Tôi tham gia VVAW. Tôi có một số tờ báo của VVAW mà tôi muốn tặng cho viện bảo tàng. (Tôi giữ cho nó đơn giản; Tiếng Việt của tôi đã bị rỉ sét sau 45 năm.)

Tôi đi đến bảo tàng, giới thiệu bản thân với các nhân viên ở đó, cho họ thấy phần giới thiệu bằng tiếng Việt của tôi và yêu cầu một cuộc họp. Hai người phụ nữ mà tôi nói chuyện rất lịch sự và hứa sẽ có lời đáp cho tôi - tôi đã cho họ tên khách sạn và số phòng của tôi. Một cô trong hai người phụ nữ đã làm cử chỉ như wai hoặc nemaste - hai bàn tay ép vào nhau và khẽ cúi đầu, một hành động mà người Việt Nam không thường làm, nhưng lại là một dấu hiệu tôn trọng, thường dành cho những người lớn tuổi (đó chính là tôi, ở 68 tuổi), làm tôi thật ngạc nhiên và rất cảm động. Tối hôm đó, thư ký cho giám đốc, một phụ nữ nói tiếng Anh giỏi, gọi và nói là giám đốc, Huỳnh Ngọc Vân, cũng là một phụ nữ, sẽ gặp tôi vào ngày mai lúc 10 giờ sáng.

Tôi đến bảo tàng và ngay lập tức được đưa vào một phòng hội nghị nhỏ. Vài phút sau bà Vân đến cùng với người thông dịch tiếng Anh mặc dù tiếng Anh của Vân rất tốt. Cô ấy ân cần cảm ơn tôi đã đến và tôi đã chia sẻ thêm một chút về bản thân và VVAW / VFP. Khi chúng tôi nói về cuộc chiến, cô ấy nói rằng những người lính Mỹ còn trẻ và cần sự hòa giải. Tôi đưa cho cô ấy tờ báo VVAW và một số huy hiệu cài áo và huy hiệu bằng vải của VVAW và VFP. Sau khi ký nhiều hóa đơn chứng nhận đã nhận được giấy tờ / huy hiệu, Vân nói với tôi về Lễ Kỷ Niệm 40 Năm Hiệp Định Hòa Bình Paris (1973) và triển lãm đặc biệt đã được lên kế hoạch. Vân yêu cầu thêm một số thông tin về tôi và VVAW / VFP và cũng muốn các hiện vật khác bao gồm các áp phích giải thích về công việc của VVAW / VFP. Cô ấy nói rằng họ muốn đưa một số thông tin này vào triển lãm đặc biệt kỷ niệm 40 năm của họ vào tháng 3 và tôi hứa rằng tôi sẽ gửi thông tin và bất kỳ tài liệu nào khác mà cô ấy nghĩ là hữu ích. Một nhân viên nhiếp ảnh đã chụp hình, trong đó có một số hình chụp bằng máy ảnh của tôi, và Vân đưa cho tôi một chiếc áo, mũ lưỡi trai và một nút đẹp, tất cả đều có logo của bảo tàng là hình ảnh một con chim bồ câu trắng được đặt trên những quả bom. Cô ấy cũng đưa cho tôi một bản sách tựa là Nói Về Hòa Bình, một bộ sưu tập của các nhà văn Mỹ, bao gồm các cựu chiến binh đã viết thơ theo cảm hứng từ những tranh của trẻ em Việt Nam vẽ về chiến tranh và hòa bình. Với nó, cô ấy đưa cho tôi những tấm bưu thiếp được in trong cuốn sách. Ngoài viện bảo tàng, dự án được sự tài trợ của Soldiers Heart và Wick Poetry Center tại Kent State. Một bộ sưu tập rất mạnh mẽ và cảm động.

Sau chuyến thăm bảo tàng, tôi đã đi đến Bưu Điện, bưu điện chính cũ được Pháp xây, ngồi trong hành lang trang trí công phu dưới cái nhìn nhân từ của Bác Hồ, quan sát khách du lịch và hạ nhiệt. Tôi đi ra ngoài và được một người đàn ông lớn tuổi người Việt, Lê Văn Tây, người khăng khăng nói với tôi trong một cuộc trò chuyện hơi siêu thực bằng tiếng

Pháp, tiếng Việt và tiếng Anh về cuộc sống của ông ta và công việc ông đã làm với quân đội Pháp và Mỹ, và cho tôi xem những tấm hình kẹp trong bóp của ông. Tôi cũng kể cho ông ấy về thời gian chiến tranh của tôi. Chúng tôi đã nói chuyện trong nửa giờ hoặc lâu hơn thì ông ấy chia sẻ với tôi về một Michael khác, một người Mỹ nói tiếng Việt rất rành và thường loanh quanh ở bưu điện chụp ảnh. Cuộc trò chuyện kết thúc, tôi bắt đầu bước đi thì ông Tây lăn xe máy của ông đến bên cạnh tôi, nâng ngón tay và nói rằng: đó là Michael mà tôi đã kể.

Tôi bước tới và Michael bắt đầu nói chuyện với tôi bằng tiếng Việt, và tôi nhanh chóng đáp bằng tiếng Việt: Tôi hiểu tiếng Việt, nhưng không khá lắm. Chúng tôi chuyển sang tiếng Anh và Michael nói với tôi rằng anh ấy đã sống ở Việt Nam 25 năm, có một người vợ Việt - Mỹ, chụp ảnh và trước đây đã làm việc cho tập đoàn dầu khí nhà nước. Tôi nói với anh ấy về vai trò của tôi trong cuộc chiến và đặc biệt là tôi muốn tìm Ngô Văn Giang, còn được gọi là Ba Đen, người mà tôi đã gặp với tư cách là Nhà Phân Tích / Người Thẩm Vấn - Ngôn Ngữ Học làm việc tại CMIC. Sau cuộc trò chuyện của chúng tôi và sau khi trao đổi địa chỉ email, tôi trở về khách sạn của mình thì tìm thấy email từ Michael với một số tài liệu bao gồm một luận án năm 2009 do Thiếu Tá Robert O'Brien trình bày cho Trường United States Army Command and General Staff College, tại Fort Leavenworth, Kansas, để hoàn thành một phần cho bằng Thạc Sĩ Khoa Học và Nghệ Thuật Quân Sự. Luận án là về cuộc tấn công Tết Mậu Thân năm 1968 vào Đại Sứ Quán Hoa Kỳ và một trong những trích dẫn của Thiếu Tá O'Brien trong thư mục của ông là báo cáo CMIC # US 540-68, được chuẩn bị do Chuyên Gia 4 M.R. Dedrick, 12 tháng 3 năm 1968. Chính tôi. Thông tin này có trên mạng và có sẵn công khai là điều đáng kinh ngạc đối với tôi vì đó là một báo cáo được giải mật năm 2003 trong Kho Lưu Trữ Quốc Gia ở Washington DC, về tù binh Việt Cộng Ba Đen mà tôi đã đến Việt Nam để tìm kiếm. Michael cũng kể về công chuyện của tôi đối với Ba Đen với một người bạn và đồng nghiệp cũ của anh ấy tên Nguyễn Trọng Hùng, một thành viên Đảng. Hùng nói rằng anh ấy sẽ tìm hiểu về nơi ở của Ba Đen.

Thông qua ông anh vợ, một cựu chỉ huy quân đội tỉnh nay đã về hưu, Hùng phát hiện rằng Ba Đen, sau khi sống sót cuộc tấn công đại sứ quán và nhiều năm bị giam cầm tại nhà tù Côn Đảo, đã bị chết trong một tai nạn giao thông ngay sau khi giải phóng vào năm 1978. Trước khi rời Việt Nam tôi đã mua một bát hương, một vật giữ hương được sử dụng cho các nghi lễ bên mộ, và yêu cầu Hùng và Michael đưa nó đến mộ của Ba Đen trong một nghĩa trang quân đội để tỏ lòng thành kính. Cử chỉ đơn giản và tự nhiên đó của tôi đã mở ra một số cánh cửa mà nếu không thì có thể khó mở. Hùng giải thích câu chuyện và dự án của tôi cho một số người anh ta biết và thiết lập một địa chỉ email để bắt đầu một thư từ giới thiệu tôi với những người lính già này.

Tôi hy vọng tìm hiểu thêm về những Biệt Động khác đã tấn công đại sứ quán, để nghe những câu chuyện của họ mà không qua bất kỳ bộ lọc nào. Đây không chỉ là một lịch sử quân sự như thường; đúng hơn, tôi hình dung ra một cuốn sách tưởng niệm cá nhân được xuất bản bằng tiếng Anh và tiếng Việt.

Việc tìm kiếm những câu chuyện này rất phức tạp vì sự bí mật tự áp đặt của tổ chức Biệt Động và sự thật tàn khốc của cuộc chiến. Quay trở lại Hoa Kỳ, nghiên cứu của tôi đã đưa tôi đến Kho Tàng Lưu Trữ Quốc Gia đã giải mật các báo cáo CMIC và tài liệu khác sau năm 2003, bao gồm các báo cáo của tôi về Ba Đen và hai người sống sót sau vụ tấn công Đại Sứ Quán. Tuy nhiên, các hồ sơ không sâu sắc, chủ yếu nằm trong phạm vi quân sự với rất ít thông tin cá nhân. Sự thiếu sót này đã đưa tôi trở về Việt Nam với sự khuyến khích tích cực của Michael, Hùng và các bạn Biệt Động mới tìm thấy qua email của tôi.

Khi tôi về Việt Nam năm 2014, Hùng đã sắp xếp một cuộc họp với Ủy Ban Biệt Động Sài-Gòn / Gia Định. Tôi gặp nhóm sáu người này trong một văn phòng nhỏ tại căn cứ quân sự thành phố Hồ Chí Minh. Nhiệm vụ của họ, theo tôi hiểu, là theo dõi những người lính Biệt Động trong quá khứ và còn sống, duy trì lịch sử Biệt Động, và giúp đỡ về vật chất. Sau những lời giới thiệu, tôi đã giải thích qua Hùng rằng tôi muốn tìm hiểu thêm về những người tấn công đại sứ quán, bao gồm Ba Đen. Tôi đã xác nhận sự sống sót của hai người tấn công khác với các báo cáo CMIC mà tôi đã đưa cho ủy ban. Họ có tên Nguyễn Văn Sáu và Đặng Văn Sơn, và đã biến mất vào hệ thống nhà tù của miền Nam Việt Nam. Ngoài bí danh và một số tên gia đình, phần còn lại của mười ba người khác bị giết trong vụ tấn công thì không xác định. Nếu Ba Đen đã bị giết, có lẽ anh ta sẽ ẩn danh như những đồng đội của mình. Sự bí mật của Biệt Động là những danh tính chỉ được chỉ huy cấp cao biết đến, nếu có, và chỉ bằng bí danh. Những người lính trong một đơn vị là những người xa lạ với nhau, và được tuyển dụng chỉ một lần trong các hoạt động. Sự ngăn xếp này, khi kết hợp với sự chôn cất vô danh của chính quyền Sài-Gòn, đã để lại hầu như không còn hồ sơ vật lý nào về những người lính này ...

Khi tôi lắng nghe ủy ban giải thích điều này thì tôi thấy việc viết về những con ma quá khứ này là không thực tế. Tuy nhiên, ủy ban đã giải thích rằng có những người còn sống khác có liên quan đến các cuộc tấn công Tết vào Dinh Độc Lập, Trụ Sở Cảnh sát, Đài Phát Thanh và Bộ Chỉ Huy Hỗ Trợ Quân Sự Việt Nam căn cứ tại Tân Sơn Nhứt, trong số các mục tiêu khác.

Ủy ban đã cho tôi quyền tiếp cận các lính cảnh binh cũ này và tôi đã đồng ý với điều kiện được hai bên chấp nhận rằng mọi tài liệu văn bản phải được người được phỏng vấn chấp thuận trước khi xuất bản. Hùng và ủy ban nói rằng đây là dự án của tôi không cần kiểm duyệt, yêu cầu duy nhất là họ nhận được kết quả khi xuất bản. Quyền tiến hành này được đưa ra một phần vì sự tôn trọng mà tôi đã thể hiện năm trước trong cử chỉ đối với Ba Đen và cũng vì tôi là một cựu Thẩm Vấn Viên - Nhà Ngôn Ngữ Học và cựu chiến binh chống chiến tranh người Mỹ, và tôi nghĩ rằng những câu chuyện cá nhân của họ là quan trọng. Đối với tôi, một kẻ thù trước đây, sự tiếp đón hào phóng và tình cảm mà tôi nhận được từ những người lính MTDTGP / Biệt Động này đã quá động lòng và khiến tôi đôi khi gần rơi nước mắt.

Chúng tôi đã thực hiện tám cuộc phỏng vấn, bao gồm ba phụ nữ và hai chỉ huy cấp cao, một trong số đó là chỉ huy của Phạm Xuân Ẩn, cựu giám đốc văn phòng Sài-Gòn của Time Magazine và một trong những điệp viên nổi tiếng nhất từ trước đến nay. Năm người lính là Biệt Động; ba người còn lại là lính Mặt Trận Giải Phóng được gọi đơn giản là Mặt Trận do kháng chiến Việt Nam.

Một khi tôi thuyết phục được những người lính về sự chân thành của tôi, họ thẳng thắn chia sẻ câu chuyện của họ.

Bốn người giúp tôi làm phiên dịch: ba người Việt, bao gồm Hùng, vợ anh tên Dung và người con gái tên Hương, cùng với Michael, một người Mỹ nói tiếng Việt trôi chảy. Các cuộc phỏng vấn này tạo ra khoảng mười lăm giờ ghi âm thanh, được làm lại với sự cho phép của các nguồn phỏng vấn.

Những câu chuyện của các người này rất hấp dẫn bởi vì những bản ghi này đại diện cho lần đầu tiên những câu chuyện cá nhân về lịch sử Biệt Động được ghi lại bằng cả hai ngôn ngữ.

Khái niệm chung của những câu chuyện này không xa lạ với tôi, một cựu binh chiến đấu và một người thẩm vấn, nhưng đối với các cộng tác viên dịch thuật một số chi tiết làm họ kinh ngạc và thuyết phục họ về tầm quan trọng của việc lưu trữ lịch sử này. Các bài tường thuật đều khác nhau, nhưng các chủ đề tương tựa kết nối chúng lại với nhau. Một là sự gắn bó cá nhân của họ với lịch sử người Việt đã lâu dài chống nước ngoài xâm lược; với một số gia đình điều này đã trở lại một trăm năm hoặc hơn. Một điều nữa là cảm giác oán giận đối với sự đàn áp và trả thù tàn bạo của chính phủ đối với nông dân và sinh viên kháng chiến; một điều nữa là sự tàn phá của những ngôi làng và cư dân một cách thờ ơ bởi người Mỹ, cùng với sự thiếu tôn trọng và thiếu hiểu biết đối với văn hóa của họ. Một số người được phỏng vấn đã lặp lại nhận xét nổi tiếng của Hồ Chí Minh:

Không có gì quý hơn độc lập tự do.

Sự tiếp xúc hàng ngày của tôi với các tù nhân, dịch giả, và dân làng, và kỹ năng ngôn ngữ của tôi đã cho tôi một sự đánh giá cao về xã hội Việt Nam mà nhiều người Mỹ không có. Tôi thích hầu hết người Việt Nam và tôn trọng các tù nhân mà tôi đã thẩm vấn. Tôi đã không tham gia vào việc tra tấn, và tôi đã nói với những người được phỏng vấn của tôi như vậy.

Tôi không hề nhận thức được lòng oán thù hoặc tức giận nhắm vào cá nhân tôi; thực tế hơn thì có một phần thiện cảm đã được bày tỏ đối với lính Mỹ, đặc biệt là người lính bắt buộc và người Mỹ da đen. Người Mỹ được họ ngưỡng mộ vì nguyên tắc tự do và ưu thế công nghệ. Lời chỉ trích thường là về phương cách Hoa Kỳ đã dấn thân tham gia vào Việt Nam và chiến thuật giết bất cứ thứ gì di động mà họ đã sử dụng.

Tôi đã mang theo mười lăm giờ thâu âm về lại Mỹ và viết một thông báo để đăng trên trang mạng của Nhóm Học Giả Việt Nam (VSG) do Trường Đại Học Tiểu Bang Washington quản lý. Tôi đã giải thích dự án và vì kỹ năng ngôn ngữ tiếng Việt của tôi đã mất sau bốn mươi lăm năm, tôi đã yêu cầu trợ giúp dịch thuật miễn phí. Tôi không có đủ nguồn lực để trả thù lao cho các dịch giả nhưng hàng chục người Việt đã trả lời. Nhiều người viết rằng họ cảm thấy giúp đỡ dự án là nghĩa vụ yêu nước của họ. Thái độ của các sinh viên trẻ và học giả Việt Nam cũng tương đương với lý do mà những lính Biệt Động đã nói tại sao họ tham gia kháng chiến chống lại chính phủ và người Mỹ.

Một người đầu tiên trả lời trên VSG là Lê Thị Thường, một người phụ nữ từ Việt Nam sống ở Seattle có kinh nghiệm thông dịch chuyên nghiệp và thông thạo tiếng Anh. Cô đã từng và vẫn là tài sản vô giá trong nỗ lực này cùng với Dung, vợ của Hùng.

Khi tôi trở về Việt Nam năm 2017, Thường đang thăm người thân ở Sài-Gòn, và chuyến đi tháng Tư của hai chúng tôi khớp nhau hai ngày, cho phép cô ấy gặp Ủy Ban Biệt Động.

Quá trình dự án là chép lại thâu âm đã thu bằng tiếng Việt trước rồi dịch văn bản đó sang tiếng Anh. Tôi chỉnh sửa các cuộc phỏng vấn thành các bài tường thuật cho trơn tru và dễ đọc. Những bài tường thuật này sau đó được dịch lại sang tiếng Việt vì toàn bộ mục đích dự án này là tạo ra một biên bản song ngữ. Tôi mang theo những bản tiếng Việt với hy vọng rằng sau bao nhiêu lần qua lại với dịch thuật và chỉnh sửa, các câu chuyện thực sự sẽ khớp với những gì mà Biệt Động đã nói với tôi.

Sau chuyến thăm trước của tôi một trong những lính Biệt Động tên Nguyễn Hữu Lợi đã qua đời. Mặc dù tôi chỉ trò chuyện với anh ấy trong vài giờ, chúng tôi đã trở thành bạn ngay lập tức, một phần vì sự tôn trọng lẫn nhau của chúng tôi, nhưng có lẽ nhiều hơn vì bản tính cởi mở và hào phóng của anh ấy. Anh ta đã tặng cho tôi một tấm ảnh biểu tượng được đóng khung của anh ta và Nguyễn Văn Trỗi chụp khi họ bị bắt cùng với đống thuốc nổ TNT trên bàn trước mặt họ.

Mặc dù chưa phải già lắm mà cũng không còn trẻ ở tuổi 70, nhưng Lợi đã là một trong những người nổi tiếng nhất qua sự kết nối của anh. Anh ta bị bắt, cùng với đối tác của mình là Nguyễn Văn Trỗi, trong quá trình thực hiện cuộc đánh bom cây cầu mà Robert McNamara đang qua vào tháng 5 năm 1964. Trỗi đã nhận hết trách nhiệm và chính phủ trong một sai lầm chiến thuật và chiến lược đã xử tử anh ta vài tháng sau.

Trỗi đã trở thành người đầu tiên bị xử tử công khai và trở thành một trong những thành viên nổi tiếng nhất của Kháng Chiến Miền Nam. Vì cử chỉ anh hùng, anh ta đã được công nhận là một Anh Hùng Lực lượng Vũ Trang Nhân Dân, một vinh dự cũng được trao cho Ba Đen. Vụ xử bắn của anh ta đã được thu phim và anh ta vẫn bất chấp đến cùng. Câu nói cuối cùng của anh với các phóng viên trước khi anh bị xử bắn tại Sài-Gòn là:

-   Các anh là nhà báo và vì vậy phải thông báo đầy đủ về những gì đang xảy ra. Chính Mỹ đã xâm lăng đất nước chúng tôi, chính họ đã giết người của chúng tôi bằng máy bay và bom đạn ... Tôi chưa bao giờ hành động trái với ý muốn của người dân của tôi. Vì chống Mỹ mà tôi đã hành động. "

Khi một linh mục đề nghị anh ta giải tội, anh ta từ chối và nói:

- Tôi không phạm tội. Chính người Mỹ đã phạm tội.

Khi những phát súng đầu tiên nổ lên, anh ta hô to:

- Việt Nam muôn năm!

Anh đã và vẫn là một trong những người lính được kính trọng và tôn thờ nhất của Kháng Chiến Miền Nam.

Lợi đã bị nhốt trong tù Côn Đảo, cuối cùng phải trải qua mười năm chịu đựng những đòn đánh và tra tấn trong chuồng cọp cho đến khi được Hiệp Định Hòa Bình Paris giải phóng năm 1974.

Những người được phỏng vấn lớn tuổi nhất là Bảy Sơn và Tư Cang, 91 và 92, và cả hai đều đủ sáng suốt để xem xét các câu chuyện và chỉnh sửa. Tư Cang, người mạnh mẽ hơn, đặc biệt nồng nhiệt và nồng hậu; sau buổi chỉnh sửa văn bản, ông ấy tặng tôi một vài cuốn sách đã ký và khi chúng tôi ra sân tạm biệt, ông cầm chặt tay tôi trong một cử chỉ tình bạn làm tôi ngạc nhiên và vui lòng với sự quen thuộc của nó. Chuyến thăm của chúng tôi đến Bảy Sơn đã tìm thấy ông ấy trên một chiếc xe lăn nhưng đủ tỉnh táo để lắng nghe câu chuyện và đưa ra một vài phần sửa chữa. Ông ta lặp đi lặp lại mong muốn của mình, cũng như một số lính Biệt Động khác, để biết nơi chôn cất của đồng đội đã chết trong cuộc Tấn Công Tết Mậu Thân. Tôi đã cố gắng để thực hiện yêu cầu của họ: Tôi đã liên lạc với các thành viên của đơn vị Cảnh Sát Quân Sự Hoa Kỳ đã chỉ huy đại sứ quán sau vụ tấn công, đơn vị nhà xác tại Tân Sơn Nhứt và một cựu Đại Tá VNCH có mặt tại Đại sứ quán sau cuộc tấn công.

Những thắc mắc của tôi đã khuấy động một số ký ức rất khó khăn đối với một số Cảnh Sát Quân Sự, những đơn vị đầu tiên ứng phó cuộc tấn công. Tiểu đoàn 716 MP là đơn vị đầu tiên của Hoa Kỳ ứng phó với các cuộc tấn công Tết Mậu Thân tại Sài-Gòn, chịu hơn 70 thương vong, trong đó có nhiều người thiệt mạng tại đại sứ quán. Không ai cung cấp thông tin cụ thể.

Tôi hiểu tầm quan trọng của việc tôn vinh người qua đời trong truyền thống thờ cúng tổ tiên của người Việt, và thất vọng vì tôi không thể giúp họ giải quyết vấn đề này.

Chỉ có lời kể của Lê Hồng Quân và Nguyễn Đức Hòa cần chỉnh sửa hoặc bổ sung nhiều. Tôi đã gặp sáu trong số tám người, và với Nguyễn Hữu Lợi đã chết, chỉ còn lại Lê Hồng Quân không được gặp trong chuyến đi này vì cô đang chăm sóc người mẹ 101 tuổi ở Cần Thơ. Cô đã gửi một vài bài thơ để được bao gồm trong tác phẩm của mình. Cả hai mẹ con cô Lê Hồng Quân đã bị giam tại Côn Đảo. Mẹ cô, theo kháng chiến từ năm 1947, đã bị bắt vài tháng sau khi Quân bị bắt.

Lần này một số cuộc phỏng vấn được quay phim do một đoàn làm phim cho đài VTV1 của Việt Nam, trong đó có một đoạn khá dài về tôi. Mối quan tâm chính của họ là sự bất thường của một cựu chiến binh Mỹ chống chiến tranh, một người đã tiếp xúc với một trong những anh hùng của họ, Ba Đen.

Tôi trở lại thăm Bảo Tàng Chứng Tích Chiến Tranh và được chào đón nồng nhiệt. Tôi muốn cung cấp cho bảo tàng các băng thu âm gốc từ các cuộc phỏng vấn của tôi cho tài liệu lưu trữ của họ. Họ cảm ơn tôi và nói với tôi rằng họ cũng đã phỏng vấn một số binh sĩ MTDTGP, và đặc biệt đã ghi lại ký ức của một số nữ quân.

Chuyến đi kết thúc bằng chuyến viếng thăm một ngôi nhà an toàn được Biệt Động sử dụng, gồm cả những người tấn công đại sứ quán. Tôi được chào đón nhiệt tình chân thật và đầy tình cảm. Trong số những người ở đó chào đón tôi là một người con trai của Ba Đen có nét của bố mình thật đáng kinh ngạc như một cặp sinh đôi.

Hùng và Dung đã hiểu khách chiêu đãi Mike Abadei và người vợ, bà con của Hùng đến thăm, và tôi đi ăn tối tại Hum Vegetarian Lounge ở Sài-Gòn một số món ăn chay ngon nhất mà tôi từng ăn. Trước khi chuyến bay sáng sớm qua Incheon và sau đó về Seattle, tôi kết thúc hôm đó với một chuyến thăm tầng trên của khách sạn Majestic, nơi nổi tiếng là điểm dừng chân cuối cùng của tác giả Graham Greene trong chuyến đi bộ hàng ngày của anh ta xuống đường phố Rue Catanat, giờ đây được gọi là Đồng Khởi. Là một người lính bận rộn vì chiến tranh và nhiệm vụ, tôi đã không có thời gian hay tiền bạc vào năm 1968 để hòa nhập với các nhà báo và tướng lĩnh đã tụ tập hàng đêm để ngắm hoàng hôn. Nhưng trong chuyến đi năm 2017 này, một năm trước Kỷ Niệm 50 Năm Tết Mậu Thân, tôi thích thú thưởng thức sân thượng của Majestic với "làn gió mát từ sông Sài-Gòn", như ông Fowler nhân vật chính của Greene đã viết trong cuốn sách Người Mỹ Trầm Lặng.

Hậu Ký Lời Giới Thiệu

Khi tôi quay về sau chuyến đi Việt Nam năm 2017, tôi được mời thuyết trình tại Hội nghị về 1968 và cuộc Tấn công Tết Mậu Thân ở trường Đại học Công nghệ Texas (Texas Tech University) vào ngày 28 tháng 4, 2018 tại Lubbock, Texas. Bài thuyết trình của tôi tiêu đề Những mẩu chuyện về MTDTGP / Biệt Động và cuộc Tấn công Tết Mậu Thân ở Sài-Gòn.

Tại hội nghị, tôi đã gặp một số các giáo sư sử học và họ đã khuyến khích tôi hoàn thành dự án về Biệt Động. Một trong những người thuyết trình tại hội nghị là giáo sư Edwin E. Moise, người đã đọc bài tóm tắt của tôi, sửa chữa vài chỗ và đề nghị tôi gởi một đề án cho một quyển sách đến Nhà Xuất Bản trường Đại Học Kentucky. Sau một năm đã nhận được một số lời từ chối, tôi thở phào nhẹ nhõm khi nhận được một lời nhắn tin từ nhà xuất bản yêu cầu tôi gởi đề án cho quyển sách. Các biên tập viên gởi đi bài tóm tắt và hai người phê bình đã đề nghị phát hành sách với một vài gợi ý.

Lịch sử Biệt Động

Cái tên Biệt Động dịch theo tiếng Anh là Ranger, mặc dù lực lượng Cộng Sản Việt Nam thì ưa thích cái tên Lực Lượng Đặc Biệt. Đôi khi từ "Commando" cũng đã được sử dụng. (Bảy Sơn, một trong những người chỉ huy của nhóm Biệt Động tự gọi mình là chỉ huy trưởng). Tổ chức và chức năng của Biệt Động Kháng Chiến Miền Nam không có nhiều điểm tương đồng với lực lượng Biệt Động VNCH (Biệt Động Quân) hay Lực Lượng Đặc Biệt Hoa Kỳ, từng là cố vấn và chuyên gia chống phản công.

Biệt Động ở miền nam là các đơn vị bí mật được tổ chức trong đô thị, ẩn nấp ngay trước mắt người địa phương. Các thành viên bao gồm trẻ, già, nông dân, doanh nhân, nam giới và đặc biệt là phụ nữ, đặc vụ, gián điệp, tu sĩ, sinh viên, học giả và nhà báo. Những thành công của họ được dựa trên sự hỗ trợ của người dân để cung cấp thực phẩm, nhà an toàn, tình báo, giao thông và quân lực. Để phủ kín các hoạt động bí mật của họ, cán bộ đảng và những đồng minh đã giả dạng làm việc như những người bán rong, tài xế taxi, binh lính và các nghề nghiệp thông thường khác. Các thành viên Biệt Động rất yêu nước, có động cơ chính trị và rất bí mật, hoạt động ở cấp độ thấp nhất, trong những đội ba người.

Khi hoạt động, thành viên Biệt Động thường không biết lý lịch của đồng đội: không sử dụng tên thật, chỉ có bí danh. Cho đến cái tên Biệt Động cũng không được tình báo của VNCH và Hoa Kỳ biết đến, và từ "Sapper" (lính đặc công) thì thường được sử dụng không chính xác để mô tả các đơn vị bất thường này trong các báo cáo thẩm vấn. Mặc dù hai nghi vấn bị bắt trong cuộc tấn công Sài Gòn vào Tết năm 1968, tên là Ba Đen và Nguyễn Văn Sáu, đã cung cấp một ít thông tin về tổ chức của Biệt Động và Tiểu Đoàn Đặc Công T700 / C10, quân đội US / VNCH đã biết là không có nhiều thông tin về việc Biệt Động là những đơn vị riêng biệt hoặc họ là những diễn viên chính trong Tết. Ví dụ là không có thông tin nào đề cập đến đơn vị F100 do Bảy Sơn chỉ huy, tường thuật của ông có trong dự án này. Một cuộc khảo sát các báo cáo của Trung Khu Thẩm Vấn Quân Sự (CMIC) ở Chợ Lớn vào năm 1967-8 và một số Báo Cáo

Rand từ năm 1969 và 1970, nay đã được công khai và nằm trong Kho Lưu Trữ Quốc Gia Hoa Kỳ, không nói đến tên Biệt Động và không cung cấp bất kỳ chi tiết gì về tổ chức này. Điều này phản ánh kinh nghiệm của tôi với tư cách là Nhà Phân Tích và Trình Tự Ngôn Ngữ của người thẩm vấn chiến tranh với CMIC vào năm 1968. Cái tên "Biệt Động" không được biết đến bởi tình báo VNCH hay Hoa Kỳ, thường sử dụng từ "Sapper" để mô tả các đơn vị bất thường trong các báo cáo thẩm vấn. Ví dụ, trong các báo cáo về Ba Đen, bao gồm cả báo cáo của tôi, đã viết trong hậu quả của cuộc tấn công đại sứ quán ngày Tết cũng không đề cập đến cái từ Biệt Động. Mãi đến khi tôi được giới thiệu đến Biệt Động thông qua Ủy Ban Sài Gòn Gia Định và được phỏng vấn tám cựu quân MTDTGP thì cái tên này mới trở nên quen thuộc.

Các đơn vị đặc công là các đơn vị chiến đấu, với binh lính ưu tú, thường được trang bị súng máy RPD, súng không giật và súng cối thường, và họ tham gia xâm nhập sâu vào lãnh thổ đối phương để tấn công và phá hủy các vị trí chiến thuật và chiến lược. Cho đến giai đoạn cuối của chiến tranh, các đơn vị đặc công là những cán bộ được đào tạo ở miền Bắc, thường là những người ra miền Bắc sau năm 1954 (Tập Kết). Nhiệm vụ của họ đôi khi trùng lặp với các mục tiêu của Biệt Động, nhưng về cơ bản, các đơn vị này khác nhau qua vai trò của họ. Các đơn vị Biệt Động rất cô lập; những thành viên thường không biết danh tính của đồng đội. Họ cũng rất gần với chính trị, hầu hết những người được phỏng vấn đều là đảng viên, và các đơn vị được huấn luyện để hoạt động ở khu vực thành thị. Mặc dù huấn luyện vũ khí của các chiến binh Biệt Động không triệt để như của lính đặc công, họ cũng là những người lính tài năng khi được kêu gọi chiến đấu. Ví dụ như Lê Hồng Quân và Nguyễn Đức Hòa, hai người được phỏng vấn cho dự án này, cho thấy những người lính vũ trang nhẹ, ngoan cường, và dũng cảm có thể chống đỡ các lực lượng vũ trang mạnh hơn. Những đơn vị tấn công Tòa Đại Sứ Quán Mỹ cũng đã trưng bày quyết tâm tương tự. So sánh với lính đặc công thì lực lượng Biệt Động cũng đã chứng minh sự thành thạo về các loại vũ khí cơ bản, bao gồm súng trường tấn công, súng phóng tên lửa RPG và chất nổ. Các lực lượng cộng sản Việt Nam từ dân quân làng đến các sư đoàn QĐNDVN đã được trang bị với những vũ khí này. Mặc dù trước năm 1967-68, các lực lượng cách mạng miền Nam đã sử dụng nhiều loại vũ khí đã tịch thu được từ Mỹ và Pháp, kể cả các thiết bị của Khối Xô Viết, đến năm 1968, các đơn vị dân quân, Biệt Động và MTDTGP đã được trang bị vũ khí quy định, bao gồm súng AK 47, súng máy RPD, súng cối 60mm và 82mm, súng phóng tên lửa B40 (RPG 2). Vũ khí AK và RPD có lợi thế vì sử dụng cùng loại đạn và cả hai súng cối 60 và 82 mm đều có thể sử dụng đạn tịch thu được của Mỹ. Chất nổ dẻo, được mua trên thị trường đen hoặc đã tịch thu từ các đơn vị Mỹ và QLVNCH vào giai đoạn cuối của chiến tranh là một vũ khí hùng mạnh và được quý trọng. Báo cáo thẩm vấn của riêng tôi từ tháng 11 năm 1967 đến tháng 11 năm 1968 đã ghi nhận sự thay đổi thiết bị này. Ngay sau cuộc tấn công đầu năm 1968, lực lượng MTDTGP đã có vũ khí quy định như đã nêu ở trên.

Sử dụng những vũ khí sẵn có này, lính MTDTGP và QĐNDVN đã cho thấy việc khuất phục một dân số mà đã chọn chiến đấu để bảo vệ quyền lực chính trị và địa lý lãnh thổ của mình khó khăn đến mức nào. Lịch sử các cuộc khởi nghĩa trong thế kỷ 20 và đầu thế kỷ 21 là lịch sử về các cuộc bạo động sử dụng các vũ khí cơ bản để chống lại các lực lượng được thiết bị vũ trang lớn hơn và mạnh hơn.

Trong hai cuộc chiến tranh Đông Dương từ năm 1945 đến 1976, những chiến binh kháng chiến Việt Nam đã chiến đấu ngang ngửa với lực lượng Pháp và Mỹ có số lượng quân đội cao hơn, xe thiết giáp, xe tăng, máy bay, trực thăng, khả năng nhìn đêm và pháo bom không giới hạn.

Các nhà cách mạng miền Nam, những người đã cung cấp phần lớn nhân lực chống đối Pháp và Mỹ cho đến cuối cuộc Chiến Tranh Đông Dương lần thứ hai, là một tấm gương đã không được quên trong nhiều cuộc đấu tranh dân tộc và chống thực dân khác đã diễn ra sau khi Chiến Tranh Thế Giới Thứ Hai kết thúc, và có lẽ vẫn chưa bị lãng quên đến ngày hôm nay. Ngược lại, đối với Hoa Kỳ, sự đối lập theo chủ nghĩa dân tộc chống thực dân của người Việt Nam đã không cung cấp bất kỳ bài học quân sự hay chính trị nào như các can thiệp thất bại lặp đi lặp lại ở Trung Đông và các nơi khác đã cho thấy.

Cảm hứng của các chiến binh Biệt Động nảy ra từ một lịch sử thần thoại được ấp ủ sâu sắc, một lịch sử tôn vinh truyền thống cổ xưa của Việt Nam đã đối lập với sự can thiệp của nước ngoài từ các thế kỷ đấu tranh chống xâm lược và chiếm đóng của Trung Quốc được biểu tượng bởi Hai Bà Trưng, hoặc là tướng quân huyền thoại Trần Hưng Đạo người đã hai lần đẩy lùi giặc Mông Cổ vào thế kỷ thứ mười ba. Tác giả Từ Chu, (xem thư mục) cũng trích dẫn Bình Ngô Đại Cáo, một tuyên bố kháng chiến từ thế kỷ 15 của tác giả Nguyễn Trãi theo lệnh của Lê Lợi, một nhà lãnh đạo quân sự vĩ đại khác người đã chỉ huy cuộc Khởi Nghĩa Lam Sơn ngăn trở thế lực nhà Minh của Trung Quốc, trong cuộc chiến kéo dài đã buộc quân đội của cường quốc này, kiệt sức và nhục nhã, phải rút lui.

Các thành viên của Biệt Động cũng có nhiều truyền thuyết gần đây hơn mà họ có thể dựa vào để lấy cảm hứng. Thất bại của Pháp tại Điện Biên Phủ cũng là một nguồn tự hào yêu nước cho các chiến binh cách mạng. Biệt Động, trong các hình thức khác nhau từ năm 1945, đã phát triển các chiến thuật và thực hành du kích của các đơn vị nhỏ được tổ chức trong bí mật. Bằng cách này, các cuộc tấn công đô thị của họ có thể gửi thông điệp rõ ràng tới các đối thủ rằng các lực lượng cách mạng đang ở khắp mọi nơi và có thể tấn công theo ý muốn. Họ đã sử dụng chiến thuật này để thành công chống Pháp nhưng hơn nữa đã gây tổn hại lớn nhất đối với chính quyền Sài Gòn được hình thành sau thất bại của Công Ước Geneva năm 1954, và một thập kỷ sau đó chống lại sự can thiệp của Mỹ.

Sau năm 1945, với sự quay lại của chế độ thực dân Pháp sau Thế Chiến Thứ Hai, Ủy Ban Hành Chính Kháng Chiến Miền Nam bắt đầu tổ chức công nhân và nông dân thành các quân lính và các đội bao gồm trung đội nữ Nguyễn Thị Minh Khai, đơn vị Tự Vệ, biệt đội cảm tử (Quyết Tử) và Lực Lượng Đặc Biệt ở Sài Gòn-Chợ Lớn-Gia Định. Các lực lượng dân sự này, dưới nhiều chỉ định và cấu trúc chỉ huy khác nhau, đã dẫn đầu các cuộc tấn công vào các lực lượng Pháp đang tái chiếm. Sau thất bại của Pháp tại Điện Biên Phủ và sau khi Pháp rút lui, họ chuyển tầm nhìn về chính phủ Việt Nam Cộng Hòa mới được tổ chức với các vụ ám sát, và tấn công các đơn vị cảnh sát và quân đội đồng thời phát triển tổ chức và giáo dục chính trị.

Từ năm 1946 đến năm 1960, khu vực Sài Gòn được tổ chức lại trong một loạt các thay đổi làm rõ các chỉ định đơn vị và cấu trúc chỉ huy. Năm 1961, một hội nghị của Quân Khu Sài Gòn-Gia Định tập trung vào việc kết hợp đấu tranh chính trị với kháng chiến vũ trang. Đây là một phần trong chiến lược của đảng để hồi phục cuộc kháng chiến quân sự quyết liệt hơn. Cuối năm đó, vào tháng 10, trong một hội nghị vô danh bảo vệ danh tính của mỗi người tham gia, Đảng Ủy Khu Vực và Bộ Chỉ Huy Quân Sự Khu Vực đã thảo luận về các nhiệm vụ, lãnh tụ, và cơ cấu của lực lượng vũ trang đô thị. Vào tháng 12, Đảng Ủy đã chia khu vực nội thành ra năm cánh chịu trách nhiệm phát triển các đơn vị Lực Lượng Đặc Biệt và những việc khác. Các Lực Lượng Đặc Biệt này đã nhận được sự hỗ trợ từ Quân Khu dưới hình thức huấn luyện và vũ khí. Năm 1963, bốn đơn vị Lực Lượng Đặc Biệt được thành lập: 65, 67, 69 và một đội Trinh Sát thuộc Cục Tình Báo Quân đội. Năm 1964, các đơn vị Lực Lượng Đặc Biệt 66 và 68 đã được thêm vào. Các đơn vị này cũng hoạt động tại Bình Tân, Dĩ An, Gò Môn, Nhà Bè và Thủ Đức. Hai đại đội đặc công hải quân đã được triển khai ở sông Sài Gòn và Đồng Nai.

Các đơn vị lực lượng đặc biệt mới này đã có hiệu quả ngay lập tức với các cuộc tấn công vào Rạp Chiếu Phim Kinh Đô, lần ám sát không thành công Bộ Trưởng Quốc Phòng McNamara (điều này được kể chi tiết trong tường thuật của Nguyễn Hữu Lợi trong cuốn sách này), cuộc đột kích tàu chiến Card của Mỹ, Câu Lạc Bộ Không Quân Hoa Kỳ, hai vụ đánh bom khách sạn Cararvelle, Cư xá Sĩ quan Độc thân Brinks, và vào ngày 30 tháng 3 năm 1965, cuộc tấn công vào Đại Sứ Quán Hoa Kỳ trên đường Hàm Nghi. Các mục tiêu khác bao gồm các vụ đánh bom khủng khiếp tại khách sạn Metropol và Victoria. Ngoài ra còn có các cuộc tấn công và bắn súng cối vào Sân Bay Tân Sơn Nhất đã giết chết lính Mỹ và VNCH và phá hủy máy bay. (Xem cuộc phỏng vấn với Nguyễn Thị Bích Nga trong cuốn sách này).

Bộ Tư Lệnh Quân Khu Sài Gòn chính thức thành lập đơn vị Lực lượng đặc biệt Sài Gòn-Gia Định được gọi là F100 dưới sự lãnh đạo ban đầu của Nguyễn Đức Hưng. Đơn vị này đã cung cấp các binh sĩ dẫn đầu các cuộc tấn công những mục tiêu lớn vào Tết Mậu Thân năm 1968, bao gồm Đại Sứ Quán Hoa Kỳ, Dinh Độc Lập, Đại Tướng Staff, Đài Phát Thanh, Phòng Cảnh Sát Quốc gia, Sân Bay Tân Sơn Nhất, nhà tù Chí Hoà và Bộ Tư Lệnh Hải Quân.

Trong cuộc Tổng tấn công Tết 1968 và trong những lần tiếp theo, lực lượng Biệt Động bị tổn thương nặng nề. Bảy Sơn, sĩ quan chỉ huy của đơn vị F100 trụ sở tại Sài Gòn ước tính thiệt hại của anh ta gần 100 chiến binh, bao gồm nhiều nhân viên trụ sở đã bị lôi vào cuộc chiến để bù đắp cho số binh lính còn thiếu thốn. Với sự mất mát của nhiều cán bộ cao cấp, nhà an toàn, và sự xâm nhập của mạng lưới tình báo, Đảng Ủy Bang đã dời ra ngoài thành phố, để lại các đơn vị Lực Lượng Đặc Biệt và các đơn vị Đặc Công tiếp tục kháng chiến. Thời kỳ này kéo dài đến năm 1972, được đánh dấu bằng sự tăng cường ứng dụng của Lực Lượng Đặc Biệt Nữ, được biết đến qua các cuộc tấn công gần Trường Tiểu Học Bàn Cờ và căn cứ Triều Tiên trên đường Lý Thường Kiệt. Vì các cuộc tấn công này, ba nữ binh Lực Lượng Đặc Biệt sau đó được vinh danh Anh

Hùng Lực Lượng Vũ Trang Nhân Dân: Đoàn Thị Ánh Tuyết, Trần Thị Mai và Nguyễn Thị Thanh Tùng. Ba người phụ nữ Biệt Động được phỏng vấn cho dự án này cũng đã được vinh danh do cử chỉ anh hùng của họ. Các nữ quân và sự hỗ trợ cách mạng của đàn bà đã tạo nên một thành phần chính của chiến thắng trong Chiến tranh chống Mỹ.

Mặc dù các lực lượng cách mạng đã bị đàn áp mạnh mẽ, đến cuối năm 1972, Bộ Chỉ Huy Khu Vực Miền Nam đã cải tổ Quân Khu Sài Gòn Gia Định trở lại như trước năm 1968 trong đó có thành lập đơn vị Lực Lượng Đặc Biệt 195. Trong hai năm tiếp theo, các đơn vị Lực Lượng Đặc Biệt và Đặc Công đã khởi xướng 55 đột kích vào các đơn vị VNCH. Đến tháng 8 năm 1974, dưới sự chỉ đạo của Văn Phòng Trung Ương Cục Miền Nam, Bộ Chỉ Huy Miền Nam đã thiết kế lại và hợp nhất Trụ Sở Khu Vực Sài Gòn Gia Định với Bộ Chỉ Huy Lực Lượng Vũ Trang Thành Phố và bổ sung các Tiểu Đoàn Đặc Công để dẫn đến sự thất bại của lực lượng VNCH tại khu vực Sài Gòn Gia Định. Đến tháng 4 năm 1975, các nhà cách mạng miền Nam đã tái lập quyền lực trên hàng chục ngôi làng và buộc QLVNCH phải từ bỏ hàng trăm tiền đồn. Lực Lượng Đặc Biệt và các chỉ huy Đặc Công đã là những người dẫn đường Lữ Đoàn 203 vào Sài Gòn. Nữ chiến binh Lực Lượng Đặc Biệt Nguyễn Trung Kiên đã hướng dẫn Trung Đoàn 24 xâm vào Sân Bay Tân Sơn Nhất và những nữ chiến binh cũng đã chỉ huy dân quân tấn công vào Trụ Sở VNCH Quận 9.

Vào ngày 30 tháng 4 năm 1975 và trong những tháng trước đó, chính các dân quân địa phương, lực lượng chính, Lực Lượng Đặc Biệt, Đơn Vị Đặc Công, các cán bộ chính trị, điệp viên, lãnh đạo đảng địa phương và người dân đã mở đường cho các đơn vị QĐNDVN chiến thắng vượt qua cổng Dinh Độc Lập.

Những câu chuyện cá nhân tạo nên cuốn sách này bao gồm những nhận xét về Biệt Động; đặc biệt là Bảy Sơn, chỉ huy đơn vị F 100 trụ sở tại Sài Gòn, và Tư Lệnh Nguyễn Văn Tàu (Tư Cang) của đơn vị tình báo H 63 cung cấp thông tin cho các đơn vị tấn công Đại Sứ Quán Hoa Kỳ và Dinh Độc Lập trong số nhiệm vụ khác. Vào thời điểm phỏng vấn, cả hai ông đều có ghim băng kỷ niệm 60 năm thành viên đảng.

Mặc dù Biệt Động cũng hoạt động ở các thành phố khác bao gồm Đà Nẵng, Huế và Cần Thơ, nhưng cuộc thảo luận ở đây chỉ giới hạn ở các hoạt động của Biệt Động tại khu vực Sài Gòn - Gia Định. Đây là một phản ánh thích hợp của các tường thuật trong dự án này vì tất cả các binh sĩ được phỏng vấn đã hoạt động trong khu vực Sài Gòn - Gia Định.

Câu Lạc Bộ Khối Vũ Trang Biệt Động Quân Khu Sài-Gòn – Gia Định

CLB Khối VT - BĐ QK Sài Gòn - Gia Định được thành lập tháng 08 năm 1982 (do Chù Tịch MTTQVN TP Hồ Chí Minh ký)

Lý do:

1. Lực Lượng Biệt Động Sài Gòn - Gia Định ra đời rất sớm trong kháng chiến chống Thực Dân Pháp, nhưng cũng là đơn vị giải thể sớm nhất ngay sau khi Miền Nam được giải phóng, đất nước thống nhất. Vì vậy còn một số tồn đọng sau chiến tranh chưa được giải quyết cho cán bộ, chiến sĩ: Vấn đề vinh danh, khen thưởng thành tích chiến đấu, tìm kiếm, xác minh thông tin các trường hợp Liệt Sĩ hy sinh trong các trận đánh, trường hợp bị thương trong chiến đấu, trường hợp cán bộ, chiến sĩ bị đối phương bắt giam giữ, tù đày, v.v... Những vấn đề tồn đọng ấy không thể giải quyết một sớm, một chiều mà rất cần phải có thời gian cũng như cần có một tổ chức đầy đủ tư cách pháp nhân để cùng chung tay xử lý, giải quyết.

2. Lực lượng Biệt Động Sài Gòn - Gia Định là một đơn vị có bề dày thành tích chiến đấu trong suốt hai cuộc kháng chiến chống Pháp, chống Mỹ, được Nhà Nước, Quân Đội phong tặng danh hiệu AHLLVTND. Truyền thống ấy chúng tôi cần phải được giữ gìn, bảo vệ và lan tỏa cho thế hệ thanh thiếu niên Việt Nam sau này trong công cuộc giữ gìn và bảo vệ Tổ Quốc Việt Nam.

3. Việc ra đời CLB Vũ Trang - Biệt Động Sài Gòn - Gia Định còn nhằm mục đích tập hợp đoàn kết tất cả cán bộ, chiến sĩ, đã từng chiến đấu, công tác trong Lực Lượng Biệt Động Sài Gòn để cùng chung tay giúp đỡ, chia sẻ khó khăn, vui buồn trong cuộc sống, giúp nhau làm kinh tế, xây dựng cuộc sống mới, chung tay góp phần xây dựng đất nước sau chiến tranh.

Chuyện Kể của Người Lính Biệt Động

Tư Cang

Sĩ quan cao cấp Mặt Trận Dân Tộc Giải Phóng

Nguyễn Văn Tàu (Tư Cang) từng nói: "Vũ khí của Mỹ rất lợi hại, vậy nên ta phải kiên cường. Bây giờ nghĩ lại tôi vẫn nổi da gà. Hoá chất họ rải tiêu diệt hết tất cả các loài cây cỏ".

Chúng tôi đến căn nhà nhỏ đơn sơ của Tư Cang khi trời đã nhá nhem. Nhóm chúng tôi gồm tôi, anh Hùng, vợ anh – chị Dung, ông Mười Thân, bạn đồng hành của ông - một quân nhân đã về hưu, và một chiến sĩ lực lượng Biệt Động khác. Đó là một buổi tối vui vẻ, ấm cúng; cánh cửa rộng mở ra khoảng sân nhỏ. Chúng tôi ngồi quanh 2 chiếc bàn dài kê sát nhau; tôi ngồi gần cửa ra vào, đối diện với ông Tư Cang. Vị Đại tá về hưu này sống ở đây cùng với người vợ tuổi đã 85 và một số thành viên khác trong gia đình.

Anh Hùng giới thiệu mọi người hết một lượt và kể chi tiết với Tư Cang về thân thế của tôi, rằng tôi vốn là một Thẩm vấn viên năm 1968 và sau này là cựu binh Mỹ chống chiến tranh. Sau khi anh Hùng giới thiệu xong, chị Dung – người ngồi bên phải tôi – dịch hầu hết phần còn lại. Tôi cảm ơn ông Tư Cang, rồi ông hỏi tôi một vài câu, chủ yếu là về những vấn đề tôi muốn tìm hiểu và động cơ của tôi khi muốn nói chuyện với ông. Như tôi vẫn giải thích với hầu hết các chiến sĩ Biệt Động khác, tôi bày tỏ với ông Tư Cang mong muốn được hiểu thêm về chuyện đời của các chiến sĩ Biệt Động chứ không phải về lịch sử cuộc chiến. Tôi cũng nói rằng nhiều người Mỹ rất muốn nghe những câu chuyện chân thực về cuộc đời của người Việt. Mặc dù ông Tư Cang còn khá dè dặt lúc ban đầu, ông vẫn chăm chú nghe tôi trả lời và cởi mở chia sẻ thông tin.

Ông Nguyễn Văn Tàu sinh năm 1928 trong một gia đình nông dân nghèo ở thành phố Bà Rịa, tỉnh Bà Rịa-Vũng Tàu. Tuy hoàn cảnh gia đình khó khăn nhưng ông học rất giỏi, và được Pháp cho 7 năm học bổng để học trường Petrus Trương Vĩnh Ký – ngôi trường được đặt theo tên học giả và chuyên gia ngôn ngữ học nổi tiếng người Việt tên là Trương Vĩnh Ký, dịch giả của "Truyện Kiều" và nhiều tác phẩm khác.

"Nếu không có học bổng này thì tôi đã không được tới trường. Thực dân Pháp chỉ cho phép mở 3 lớp tiểu học ở mỗi làng, và Petrus Ký là trường trung học duy nhất trên toàn miền Đông dành cho người Việt Nam. Hồi đó, tôi là một học sinh giỏi, biết cả tiếng Anh lẫn tiếng Pháp."

"Về sau, trường Petrus Ký dời về tỉnh Mỹ Tho do quân đội Nhật chiếm đóng và lực lượng Đồng minh ném bom. Tôi không đủ tiền tới Mỹ Tho học nên chỉ học hết 6 năm rồi về quê, tham gia phong trào Thanh niên Tiền phong năm 1945. Lúc đó, tôi mới có 17 tuổi."

Ông Tàu trong đội ngũ Thiếu niên tiền phong ngày 25 tháng 8/1945, ông cùng lực lượng Thiếu niên tiền phong dùng gậy tầm vông vạt nhọn và vũ khí thô sơ giành chính quyền tại thị xã Bà Rịa.

"Chúng tôi không có vũ khí và gần như bắt đầu từ con số 0. Tôi và hơn 50 đội viên Thiếu niên tiền phong của tỉnh Bà Rịa được cử đi học cách sử dụng vũ khí, nhưng vũ khí duy nhất chúng tôi có là một khẩu súng trường. Lúc ấy là vào tháng 10/1945, khi Pháp chuẩn bị tấn công Bà Rịa. Sau này, khi cướp được súng trường từ tay lính Pháp trên núi Minh Đạm, chúng tôi tự mày mò, tìm hiểu chức năng từng bộ phận của cây súng trường. Chúng tôi còn bắn trật mục tiêu chỉ cách mình có 50m. Trong khi đó, lính Pháp được đào tạo bài bản nên bắn súng rất giỏi. Họ dùng súng trường MAS-36, tới năm 1954 thì dùng súng MAS-49 hiện đại hơn. Quân Việt Nam xuất thân từ nông dân nên không biết súng là gì, nhưng sau khi được đào tạo về mặt tư tưởng và kỹ thuật lại có thể đánh thắng quân đội tinh nhuệ của Pháp. Kháng chiến chống Mỹ cũng tương tự như vậy. Quân đội Mỹ vô cùng hùng hậu và được 'trang bị vũ khí tận răng'. Năm 1961, khi tôi tới đây, quân đội miền Nam còn chưa biết chiến đấu. Tuy nhiên, sau khi được đào tạo chỉ 2-3 năm, năm 1963-1964, họ đã chiến thắng các trận Bình Giã, Ba Gia, Đồng Xoài và lên kế hoạch giành lại Sài-Gòn. Tháng 5 năm 1945, Pháp trở lại Việt Nam và khi ấy tôi là Trung đội trưởng chỉ huy tình báo của tỉnh Bà Rịa. Năm 1953-1954, tôi giữ chức Trung đội trưởng chỉ huy tình báo của 3 huyện Cần Giuộc, Cần Đước và Nhà Bè, đóng quân tại rừng Sác.

Năm 1954, sau chiến thắng Điện Biên Phủ, theo Hiệp định Giơ-ne-vơ, lực lượng vũ trang miền Nam tập kết ra Bắc, còn quân đội liên hiệp Pháp di chuyển vào Nam và sông Bến Hải được chọn làm giới tuyến tạm thời phân chia hai miền." Ông Tàu rời xa gia đình, xa người vợ là Trần Ngọc Ảnh. Ông tham gia đào tạo về tình báo và không gặp lại vợ mình cho tới năm 1962.

Ông Tàu tham gia rèn luyện quân đội ở miền Bắc tới năm 1961. Sau khi Mặt trận Dân tộc Giải phóng miền Nam Việt Nam được thành lập ngày 20/12/1960, với cấp bậc Đại úy, ông cùng đoàn quân Phương Đông 2 gồm cả ngàn binh lính hành quân vào Nam. Đoàn quân đi rất nhanh, chỉ mất đúng 100 ngày để đi từ vĩ tuyến 17 tới chiến khu D Biên Hòa và thường mỗi ngày chỉ được ăn 1 lít gạo. Họ đi bí mật, không để phía Mỹ, phía cộng hoà, và người dân tộc thiểu số biết nên phải đi trên đỉnh núi.

Những tháng trước khi vào Nam, ông Tàu được cử đi học nghiệp vụ tình báo tại Hà Nội. Kinh nghiệm tình báo trước đây ông có được khi ở Bà Rịa cùng với vốn tiếng Pháp và tiếng Anh tạo cho ông nền tảng tốt cho khóa đào tạo 6 tháng, bao gồm nhiếp ảnh, rửa phim, viết lách, lái xe gắn máy và sử dụng súng– ông là xạ thủ cừ khôi có thể bắn tốt cả hai tay.

"Tháng 5/1962, tôi được giao nhiệm vụ quản lý một lưới tình báo, trong đó có Phạm Xuân Ẩn, người được thế giới ca ngợi là "Điệp viên hoàn hảo" trong cuốn sách cùng tên. Anh là phóng viên của Tạp chí Time và là chủ nhiệm cuối cùng của văn phòng Tạp chí Time tại Sài-Gòn trước ngày thống nhất đất nước. Ngoài ra còn có 2 điệp viên khác và 5 nữ giao liên hoạt động tại Sài-Gòn và khoảng 10 nữ giao liên tại các ấp chiến lược. Trong quá trình từ năm 1961 đến ngày thống nhất đất nước 30/4/1975, không người nào bị lộ. Cô Tám Thảo, tên thật là Nguyễn Thị Yên Thảo, làm thư ký cho Thiếu tá cố vấn tình báo người Mỹ của Hải quân Việt Nam Cộng hòa. Cô làm việc trực tiếp với ông ta để lấy tài liệu. Sáng tôi đưa cô Tám Thảo đi làm, chiều Thiếu tá Mỹ đưa cô về. Ba má Tám Thảo là người nuôi nấng tôi những ngày tôi ở Sài-Gòn. Thời kháng chiến chống Pháp tôi lấy tên khác, chống Mỹ tên khác. Làm tình báo là phải vậy. Cuốn sách "Sài-Gòn – Mậu Thân 1968" có viết về tiểu sử của tôi và kể về trận đánh tòa Đại sứ Mỹ của Ba Đen."

Với tư cách là cụm trưởng Cụm tình báo H63, ngoài các điệp viên trong Sài-Gòn, các giao tiếp viên trong mạng lưới, ông Tàu còn chịu trách nhiệm chỉ huy một đội lính bảo vệ điện đài tại căn cứ Bến Đình ở Củ Chi, gần Sài-Gòn. Quân đội Mỹ liên tục bắn phá Củ Chi bằng pháo, càn quét và thả bom phá địa đạo. Thời điểm đó, trong số 45 người lính của ông thì 27 người bị thiệt mạng và 13 người khác bị thương. Ông Tàu bị thương ở bụng và chân và là thương binh hạng 2.

Nơi đầu tiên B-52 được thả ở miền Nam là xả Long Nguyên (Chiến khu Bắc Bến Cát). Quân đội Mỹ thả 9 đợt, mỗi đợt 3 quả, tổng cộng là 27 quả. Trước năm 1965, quân Mặt trận Giải phóng đã có một số chiến thắng nổi bật, trong đó có Chiến dịch Ấp Bắc năm 1963, các trận Đồng Xoài, Bình Giã, và Ba Gia năm 1964. Chiến dịch Ấp Bắc là bước ngoặt chứng tỏ rằng lực lượng kém hùng hậu với vũ khí thô sơ nhưng được đào tạo tốt vẫn có thể đánh thắng trực thăng và xe tăng.

"Năm 1965, Mỹ đưa quân vào miền Nam, từ đó chiến tranh trở nên ác liệt hơn chứ trước đó mình còn tắm sông, câu cá được." Việt Nam (Mặt trận Giải phóng) đã lên kế hoạch giành lại miền Nam năm 1965, nhưng Mỹ lại đổ vào nửa triệu quân kể cả lực lượng hùng hậu như Thủy quân lục chiến vào Đà Nẵng tháng 3/1965, Sư đoàn 1 Bộ binh "Anh cả đỏ" vào Lai Khê tháng 4-5/1965, Sư đoàn 25 Bộ binh vào Đồng Dù, và Lữ đoàn 173 Nhảy dù, Trung đoàn 11 Thiết Kỵ."

Ông Tàu nói rằng Việt Nam không thể địch nổi vũ khí tối tân và nửa triệu binh lính Mỹ nếu như dàn quân thông thường. "Không nước nào có thể đánh bại Mỹ trên trận địa, nhưng không có trận địa ở Việt Nam. Quân đội Việt Nam núp trong hầm và tấn công quân Mỹ khi họ ăn hoặc ngủ."

Cụm tình báo H63 cung cấp tin tức tình báo cốt yếu cho các đơn vị tấn công vào Đại sứ quán Mỹ và Dinh Tổng thống, bên cạnh các mục tiêu khác. Phạm Xuân Ẩn là một điệp viên quan trọng dưới sự chỉ huy của ông Tàu trong những nỗ lực tình báo đó.

Để chuẩn bị cho cuộc tiến quân vào giải phóng Sài Gòn, tháng 3/1974 Bộ Tư Lịnh thành lập Lữ đoàn đặc công Biệt Động với biên hiệu là Lữ Đoàn 316. Ông Tư Cang lúc ấy đang dự khóa bổ túc chánh ủy sư đoàn tại Đông An (Hà Nội) được cấp trên đưa về miền Nam làm chánh ủy cánh Bắc của Lữ đoàn góp phần giải phóng Sài-Gòn ngày 30/4/1975. Sau đó đơn vị 316 tham gia chiến dịch biên giới Tây Nam. Ông bị thương trong chiến dịch này. Được điều về phía sau, ông làm Hiệu trưởng trường Văn hóa quân khu 7 ở Vũng Tàu rồi nghỉ hưu. Dưới sự chỉ huy của ông Tư Cang, Cụm tình báo H63 là mạng lưới tình báo hiệu quả nhất trong kháng chiến chống Mỹ. Năm 1971, H63 được Đảng và Nhà nước phong tặng danh hiệu "Đơn vị anh hùng lực lượng vũ trang nhân dân". Tháng 3/2006, ông Tư Cang cũng được phong tặng danh hiệu "Anh hùng lực lượng vũ trang nhân dân".

Sau cuộc phỏng vấn, tôi hỏi ông Tư Cang có muốn chia sẻ gì thêm không. Ông trả lời: "Chiến thuật của Đại tướng Võ Nguyên Giáp rất xuất sắc. Ông đã suy nghĩ suốt 11 ngày đêm để tìm ra chiến thuật đúng đắn cho trận Điện Biên Phủ và cuối cùng quyết định chuyển từ "đánh nhanh" sang "vây lấn". Trong trận đấu cuối cùng để giành lại Sài-Gòn, chiến thuật của ông được truyền đến các đơn vị là "thần tốc, táo bạo, bất ngờ, chắc thắng".

"Chủ tịch Hồ Chí Minh quả là phi thường. Người đã giáo huấn tư tưởng cho người Việt rất thành công. Câu nói "Không có gì quý hơn độc lập tự do" của Người thôi thúc quân dân Việt Nam xả thân vì độc lập dân tộc."

"Việt Nam đã chịu áp bức quá lâu rồi, đã trải qua cả trăm năm dưới ách đô hộ của thực dân Pháp. Trong kháng chiến chống Mỹ, câu nói của Bác "Không có gì quý hơn độc lập tự do" đã là nguồn khích lệ vô cùng lớn cho người Việt. Khi người ta phải sống dưới ách đô hộ của giặc ngoại xâm và giá trị, phẩm chất của họ bị chà đạp, họ sẽ vùng lên. Nhờ sự lãnh đạo sáng suốt của Chủ tịch Hồ Chí Minh, người Việt Nam đã có lòng dũng cảm phi thường để hy sinh mạng sống của họ."

Sau những lời chia sẻ ấy, ông Tư Cang đã rộng rãi tặng mỗi người chúng tôi ngồi tại bàn với ông một bản tiểu sử của ông có kèm chữ ký. Ông cũng ân cần nhận lấy tài liệu "Cựu chiến binh vì hòa bình", cài huy hiệu "Cựu chiến binh vì hòa bình" lên ngực áo và chụp ảnh cùng tôi. Ông còn tặng tôi và một số người còn lại chiếc huy hiệu của Lữ đoàn 316. Thật không phải là một sự trớ trêu nhỏ khi một Hạ sĩ quan Thẩm vấn từng làm việc trong nhóm Quân báo 525 như tôi lại được nhận huân chương từ vị chỉ huy Lữ đoàn 316 và là cụm trưởng Cụm tình báo H63, "Đơn vị anh hùng lực lượng vũ trang nhân dân."

Bảy Sơn

Sĩ quan cao cấp Biệt Động

Ông Bảy Sơn nói "Bây giờ, tui nói ông nghe. Cái đám tụi tui chết hết rồi. Còn có mình tui... Tui nay 88 rồi, 65 tuổi đảng. Mới nhận cái huy chương 60 mươi năm tuổi Đảng kìa. Ông may mắn lắm mới gặp tui kỳ này. Cách đây 5 tháng tui bị mổ cái đầu, phải nằm bệnh viện."

Nhà ông Bảy Sơn nằm trên một con phố yên tĩnh. Chúng tôi mở cánh cửa sắt có dây kẽm gai chạy trên đầu và bước vào một mảnh sân lót gạch. Bậc cửa dẫn lên thềm nhà làm bằng đá được đánh bóng, đằng sau cửa là một căn phòng lớn, sáng sủa được trang trí với các bộ bàn ghế gỗ đánh vecni, những đồ trang trí còn để lại từ hôm Tết và một tủ gỗ dái ngựa bệ vệ, trên đặt bộ lư hương, mấy lọ hoa, đèn cầy, và hình tổ tiên. Trên bức tường đối diện treo những tấm hình của ông Bảy Sơn cùng những tấm bằng khen của ông. Bên cạnh chiếc tủ đặt bàn thờ tổ tiên là bức tượng chân dung nửa người của Đại Tá Bảy Sơn.

Cuộc phỏng vấn của tôi với ông Bảy Sơn bắt đầu với chút lúng túng. Hùng, người sắp đặt các cuộc phỏng vấn của tôi với các chiến sĩ Biệt Động, nói rằng tôi có thể phải trả phí phỏng vấn. May mắn thay lúc ấy tôi có vừa đủ để đáp ứng cái giá 50 đô một giờ của ông Bảy Sơn-cuộc phỏng vấn kéo dài hai tiếng và tôi chỉ có vừa đủ bao nhiêu đó trong túi. Hy vọng được giảm giá, tôi chia sẻ mình chỉ là một cựu chiến binh hưởng hưu trí. Ông Bảy Sơn đáp rằng ông cũng vậy thôi, và cái giá 50 đô một giờ là một quy chế không đổi. Ông còn nói "Khi mà tui đồng ý được phỏng vấn thì tui biết khả năng tui có thể đáp ứng được cái gì. Và với cương vị là lãnh đạo của Biệt Động từ đánh Pháp cho đến đánh Mỹ, tui biết là tui có thể trả lời các câu hỏi của ông. Cứ tự nhiên hỏi tui bất kỳ điều gì về vai trò tham mưu trưởng của tui."

Anh Hùng đã giới thiệu đôi nét về tôi, ông Bảy Sơn bắt đầu dõng dạc thuật lại cuộc đời mình qua những câu trả lời cho những câu hỏi của tôi.

Ông Bảy Sơn sinh ngày 4 tháng 10 năm 1927 tại huyện Nhơn Trạch, tỉnh Đồng Nai, gần Sài Gòn. Cha mẹ ông làm nghề nông, và trong 9 người anh chị em của ông, 4 người gia nhập Đảng. Ông đi học trường làng và hoạt động cho Đảng, cũng như hai người chú của ông. Năm 1948, ông được cử đi huấn luyện tại Ban Công Tác Thành Phố. Huấn luyện xong, ông trở thành giám đốc trường Quân chính và giữ chức Bí Thư Đảng Ủy dù chỉ mới hai mươi tuổi. Ông vẫn nhớ rõ nội dung những tài liệu tập huấn vì chính ông là tác giả. Khi tôi hỏi ông Bảy Sơn tại sao ông quyết định gia nhập Đảng và Biệt Động, ông nói một phần vì để trả thù cho người chú đã bị chặt đầu vì tham gia kháng chiến. Ông thêm rằng "là người trong cuộc tôi phải nói rằng ban đầu tôi chưa hiểu. Sau khi nhập cuộc rồi tôi mới nhận ra rằng đó là truyền thống yêu nước của người Việt."

Năm 1954 ông Bảy Sơn tập kết ra Bắc và chỉ huy sư đoàn 338. Năm 1961, một vài thành viên chọn lọc của sư đoàn này, phần lớn người miền Nam và bao gồm cả ông Bảy Sơn, quay trở vô Nam. Từ năm 1961, năm Biệt Động chính thức thành lập, qua chiến dịch Tết Mậu Thân 1968 cho đến thời kỳ Giải phóng (1976), ông Bảy Sơn giữ chức Tham mưu trưởng Biệt Động Sài Gòn (bí danh F100).

Ông Bảy Sơn muốn đề cập đến những chiến dịch lớn trong cuộc chiến tranh. Tôi cũng chìu ông và để dành phần hỏi đáp về gia đình ông đến cuối cuộc phỏng vấn.

"Tui ở lại và chỉ huy trong thành phố trong suốt các cuộc tấn công lớn. Tui đến thăm và động viên từng đơn vị trước khi ra trận." Ông bắt đầu với chiến dịch đánh Đại sứ quán Hoa Kỳ Tết Mậu Thân 1968. Đảng Cộng Sản muộn màng nhận ra rằng một chiến dịch tổng tấn công trên toàn quốc sẽ có tác động lớn hơn rất nhiều nếu Đại sứ quán Hoa Kỳ, biểu tượng của Hoa Kỳ trên đất Việt, bị tấn công. Ông Ba Đen được chọn để chỉ huy đơn vị 159 đảm nhận nhiệm vụ đánh đại sứ quán. Ông Bảy Sơn nói "Tui gặp Ba Đen năm 1961, sau khi tui trở vô Nam. Trong cuộc đời chỉ huy Biệt Động của tui, theo tui, Ba Đen có tài tổ chức giỏi nhất trong nhóm Biệt Động...

Vì anh ta nhận lệnh tấn công ngày 23 tháng Giêng, 1968. Anh ta chỉ có 7 ngày để tổ chức mà không có một vũ khí hay một người lính nào. Ba Đen phải lấy lính từ nhân viên của tui. Họ đã không được huấn luyện để đánh trận. Họ chỉ là người làm việc văn phòng. Vậy mà họ đánh với tinh thần của cả nước, và chính tinh thần đó đã thúc họ tiến lên, vì trong lòng từng chiến sĩ họ đều là người Việt. Họ có linh thiên của tổ tiên trong họ để giúp họ chiến đấu dũng cảm như vậy."

Trước lúc đánh toà đại sứ, Bảy Sơn ngồi ăn chung với đơn vị phụ trách và hỏi "Sau khi đi trinh sát rồi, có cái gì sợ hông? Họ nói không mà chỉ trả lời với tui là, "tụi tui chỉ ước gì một viên đạn bắn được hai tên địch." Còn chuyện hy sinh đó là chuyện thường tình. Họ sẵn lòng hy sinh.

Còn một người nữa mà báo chí phương Tây đăng là một Biệt Động cừ khôi. Người đó tên là Nguyễn Thanh Xuân, tự là Bảy Bê. Ông ta đã tham gia nhiều trận tấn công trong thành phố này. Trong đó có những trận lớn như là trận đánh toà đại sứ cũ của Mỹ ở đường Hàm Nghi, trận đánh khách sạn Caravel, Metropol, và Victoria, rồi các đồn bốt và căn cứ ở phía Đông Sài Gòn. Anh ta bị bắt tháng 6 năm 1966, tức là sau khi đánh khách sạn Victoria. Anh ta là người đánh giỏi nhất."

"Cho dù tôi là tham mưu trưởng, tôi cũng chỉ có thể huấn luyện họ được phần nào thôi. Nhưng do cái truyền thống yêu nước của dân tộc khơi dậy lòng căm thù của họ và thúc dục họ chiến đấu với gan sắt đá. Điều này không những xảy ra với những người tấn công toà đại sứ mà với tất cả những chiến sĩ dưới quyền của tôi. Vì truyền thống yêu nước mà con người ta coi thường cái chết và sẵn sàng hy sinh."

Đến đây, tôi nói với ông có 3 người sống sót trong số 16 người đánh Đại sứ quán. Ông Bảy Sơn tưởng chỉ có một người, đó là Ba Đen. Tôi nói sẽ gởi cho ông tên của hai người còn lại, Sáu và Đức (?).

Ông Bảy Sơn tiếp tục mô tả những diễn biến khác. "Đợt tháng 5 là đợt 2. Tôi ra lệnh cho những chiến sĩ Biệt Động còn lại rút ra và bắt đầu củng cố đơn vị của tôi sau cuộc tấn công đầu tiên. Một mục tiêu là đài truyền hình. Anh Nguyễn Văn Hiếu cùng với cô Hồ Thị Nga đảm nhiệm chiến dịch này. Họ làm nổ đài truyền hình với số thuốc nổ mạnh nhất trong cuộc chiến tranh Đông Dương: 500 kg C4, 200 kg TNT. Tôi muốn nhấn mạnh ở đây là cái sức công phá của thuốc nổ C4 nó gấp 3 lần TNT. Trong cuộc chiến tranh Đông Dương, kể cả khi tướng Võ Nguyên Giáp nổ tung cái hầm trú của tướng Pháp Đờ Cát, ông ấy chỉ dùng 950 kg TNT. Lần này tổng sức công phá bằng 1 tấn 7. Vậy mà chỉ có 2 người đánh thôi. Khi quả bom nổ lần đó, mọi thứ trên trái đất bị san bằng. Nga và Hiếu hiện vẫn còn sống.

Sau đó thì Biệt Động tiếp tục đánh, nhưng mà chỉ đánh nhỏ. Chị Nguyễn Thị Ánh Tuyết, một nữ anh hùng (một danh hiệu do đảng cấp), đã đánh tòa hành chánh quận 3. Và cũng chị là người đánh tiểu khu Gia Định ở Bình Thạnh... Chị cũng đánh một số các **bar**. Thời đó ra vô các bar rất khó nên chúng tôi sử dụng phụ nữ." (Phụ nữ chuyên chở vũ khí dễ hơn nam giới).

Ông Bảy Sơn mô tả những quy định trong khi tác chiến của đơn vị F100 ông chỉ huy:

"Đơn vị tụi tui lúc đó có khoảng 100. Tất cả đều toàn loại chiến đấu viên. Tuy nhiên, muốn cho số quân này chiến đấu thì phải có ba bốn trăm người hỗ trợ họ từ vận chuyển vũ khí cho đến giao liên này kia. Người chiến sĩ Biệt Động thật phải có nhiều chỗ trú khác nhau. Hôm nay ở nhà này. Ngày mai ở nhà khác. Có khi nửa đêm phải thay đổi chỗ khác để tránh bị bắt. Tui phải làm như vậy khi tui vô thành phố. Tui vô tui ở tới 10 giờ tối, rồi tui đi tui ở chỗ khác. Còn đi lại thì có khi tui là tài xế lái xe cho sĩ quan cộng hoà mặc quần áo của lính ngụy, lái tụi nó đi chỗ này chỗ kia. Là chiến sĩ Biệt Động có hai nguyên tắc mà mình phải giữ. Trước hết là cấm không được biết nhau, hay là tìm cách biết nhau. Một nguyên tắc chính của Biệt Động là không ai biết ai. Nếu anh chết, thế là hết. Cái thứ hai là phải luôn luôn có kế hoạch dự phòng. Ví dụ như trận tấn công Mậu Thân là tình huống bất dự phòng. Dự phòng là vì do trung ương chỉ đạo, theo cái yêu cầu chính trị của đảng lúc đó."

Ông tiếp tục, "Trong cuộc tấn công Mậu Thân, quân của tui hy sinh hết 73 người trong số 100 người... Quân thay thế là những người hỗ trợ... Trung tướng Nguyễn Bính nói trong những năm đầu chiến tranh 'Ở Sài Gòn này dựa vào dân thì chắc hơn dựa vào rừng.' Và như vậy lực lượng của chúng tôi xây dựng dựa vô đâu? Xây dựng ở trong dân, kể cả ở trong quân đội của địch... Những người chiến sĩ của Biệt Động chấp nhận 2 việc trước khi họ xung trận: hy sinh hay là bị bắt, những sự kiện không thú vị chút nào. Theo thông lệ, bên đối phương sẽ dùng những hình thức điều tra khác nhau để khai thác tốt nhất người bị bắt. Kết quả là có nhiều hồ sơ để lại không đúng sự thật để giảm đi chiến công của những chiến hữu này. Cho nên lúc quân Mỹ rút đi đã để lại những hồ sơ giả, có thể được tạo ra ngược lại với sự mong muốn của người bị bắt để làm ra vẻ là họ đã thú nhận tội lỗi của mình.

Dù phía đối phương muốn hay không thì những việc các chiến hữu này đã đạt được vẫn là những chiến công. Tôi lấy thí dụ như những người được phân công đánh chìm chiếc tàu TARD. Họ làm việc này ngày

2/5/1965 và quân Mỹ thừa nhận đây là một chiến công của Việt Cộng. Chỉ có hai người thôi, nhưng một người bị bắt sau đó hai tháng ảnh bị bắt và bị buộc phải ký lời khai không thật. Bởi vậy, khi về lại phía bên này [chúng tôi] rất khó xử lý trường hợp của ảnh.

Thủ đoạn này cũng là bình thường thôi vì hai bên đang đánh nhau. Mỗi bên đều có thể gây xấu cho uy tín của bên kia và sự thật về chiến công của bên này có thể bị bên kia từ chối. Vì vậy, một người tài giỏi và nhiệt tình như ông có thể tìm lại những tài liệu gốc về những người chiến sĩ Biệt Động bị bắt, những tài liệu nói lên sự thật về những hành động tốt cũng như xấu, và những chiến công phải được thừa nhận là chiến công."

Trong buổi phỏng vấn, ông Bảy Sơn nhấn mạnh nỗi khắc khoải của ông (và của những người khác) về nơi chôn cất những người chiến sĩ Biệt Động đã hy sinh. Ông thừa nhận mình đã mắc khuyết điểm khi cử người chiến sĩ phụ trách về quân lực ra chiến trường. Sau đó, anh biến mất bặt vô âm tín. "Vì vậy, tôi mất đi danh sách của các chiến hữu của tôi." Ở đây, ý ông là ông không nắm được họ tên thật của các chiến sĩ của mình. Rồi ông nói với tôi "Tiện ông về bên đó, và vì ông là một tiếng nói có thể nói lên những sự thật đó, ông có thể giúp tôi tìm vị trí chôn cất của những chiến sĩ Biệt Động đã hy sinh trong trận tấn công Tết Mậu Thân sau đây: 10 anh em trong cuộc tấn công ở đài phát thanh Sài Gòn, 10 người trong cuộc tấn công bộ tư lệnh Hải Quân, 8 người trong cuộc tấn công ở Dinh Độc Lập, 16 người thuộc đội dưới quyền chỉ huy của anh Ba Đen, 23 người trong cuộc tấn công tại bộ tổng tham mưu, và 17 người trong cuộc tấn công cầu Nhị Thiên Đường ở phía nam Sài Gòn. Vì những trận đánh này xảy ra trong phạm vi quản lý của quân đội Mỹ, Hoa Kỳ nhất định phải biết vị trí chôn cất các thi hài vì họ là người thu dọn chiến trường. Tui đã làm một văn bản và gởi bộ Ngoại Giao Việt Nam để họ chuyển đến quân đội Mỹ để hỏi về vấn đề này. Mặc dù có thể là một số các thi hài đã bị thảy xuống lòng biển, nhưng thà biết rõ các xác đó đang ở đâu còn hơn là không biết gì hết." (Ghi chú: Tôi hứa với ông Bảy Sơn sẽ tìm hiểu về vụ việc này.) Cuộc phỏng vấn quay về gia đình của ông. Ông Bảy Sơn kể, "Có gia đình trong chiến tranh chứ. Vợ tôi là giao liên cho Biệt Động. Tôi có hai người con trai làm kỹ sư và hai người con gái. Khi người cha theo đảng đấu tranh nó có tác động dây chuyền nên người con cũng theo luôn. Cho nên nó nối tiếp từ đời này qua đời khác để tiếp tục chống quân xâm lược. Riêng tôi với cương vị người tham mưu trưởng của Biệt Động, tôi chỉ muốn ông làm sao giúp thế giới hiểu rằng đất nước Việt Nam này có một truyền thống yêu nước lâu đời, từ thời tổ tiên chúng tôi như Lý Thường Kiệt, Hai Bà Trưng, dài đến hôm nay. Trong thời đại đương thời, bác Hồ là vị lãnh tụ tuyệt vời đã thống nhất được người dân. Vì vậy chúng tôi đã có thể chống cự lại quân đội Mỹ và quân đội Pháp."

Vào cuối buổi phỏng vấn, ông Bảy Sơn khen ngợi tôi đã rất kiên trì trong việc đặt câu hỏi cho ông. Ông nói, "Có lẽ ông là cái người khai thác được tôi nhiều nhất."

"Những gì tui nói với ông là sự thật. Những người đồng đội của tui sẽ làm bằng chứng cho lời nói của tôi là một đại diện còn sống còn cho lịch sử của Biệt Động." Chúng tôi kết thúc buổi phỏng vấn với vài pô hình chụp chung, và ông Bảy Sơn tiễn chúng tôi xuống thang ra đến tận ngoài cổng.

Nguyễn Hữu Lợi

Chiến sĩ Biệt Động

Từ khách sạn Tulip đến nhà ông Nguyễn Hữu Lợi chỉ là một chuyến taxi ngắn qua đường phố Sài-Gòn. Anh Hùng đi với tôi để giới thiệu và dịch cho tôi. Nhà ông Lợi là một ngôi nhà ba tầng kiên cố xây bằng gạch và xi măng mà nhà nước đã cung cấp cho ông để gọi là một phần cám ơn sự đóng góp của ông cho đất nước và đền bù cho mười năm ở tù. Khi chúng tôi đến, ông Lợi ra đến tận đường niềm nở đón tôi và anh Hùng.

Chúng tôi ngồi với nhau ở khoảng mặt tiền của ngôi nhà, với tiếng xe cộ làm nền cho cuộc nói chuyện.

Sau khi chào hỏi, ông Lợi đặt chúng tôi ngồi ở một cái bàn đã có sẵn mấy chai nước. Anh Hùng cho ông Lợi biết qua về tiểu sử của tôi và sau một thời gian đối đáp qua lại, như thường lệ, tôi bắt đầu bằng câu "hãy bắt đầu từ đầu".

Ông Lợi nói qua về cuộc đời của ông. "Tôi sanh ra năm 1945 ở Quảng Đà, làng Thanh Quýt, huyện Điện Bàn, Quảng Nam. Cha tôi là một nông dân, và mẹ tôi buôn bán lẻ. Tôi có 2 anh trai và 2 chị gái. Tôi là út trong gia đình." Ông Lợi tiếp tục: "Tôi học ở trường Trung học Phúc Khoa, sau đó trường Trung học Nguyễn Công Trứ, bây giờ gọi là Đồng Khởi.

Tôi học văn hoá và phật học cho tới lớp tương đương với lớp 10 bây giờ. Trước chiến dịch đồng khởi năm 1960, cả hai anh tôi đi lính Việt Nam Cộng Hoà vì phải bắt buộc đi quân đội, nhưng họ cũng tham gia phong trào cách mạng ở địa phương. Người anh thứ hai là lính nhảy dù của Việt Nam Cộng Hoà. Khi anh ấy và vợ anh có 2 đứa con, anh được giải ngũ và về quê làm ruộng như lời anh yêu cầu. Anh mất cách đây 3 năm vì bệnh."

Khi tôi hỏi ông Lợi tại sao ông ấy vô Biệt Động, ông ấy nói rằng "Gia đình tôi tham gia Việt Minh và có vai trò tích cực trong những năm kháng chiến chống Pháp. Mẹ tôi dấu và chăm sóc các chiến sĩ. Năm 1953, khi các anh chị tôi và tôi còn nhỏ, chúng tôi hát múa cho các chiến sĩ mỗi tối và làm giao liên cho địa phương. Trước khi vô Biệt Động, tôi lên Sài-Gòn một mình năm 1959 và ở tại nhà của dì tôi."

Ông Lợi được huấn luyện tại căn cứ Mỹ Hạnh - Đức Hoà – Đức Huệ, gần Củ Chi, cách Sài-Gòn khoảng 30 km. Ông nói rằng họ tập với vũ khí tịch thâu của Mỹ và thêm vào đó vũ khí của Việt Nam và Tàu để lập kế hoạch tấn công Sài-Gòn và những nơi khác.

Sau cuộc huấn luyện cơ bản và sau khi vô Biệt Động năm 1963, ông Lợi được phân công đi Sài-Gòn để tham gia các cuộc tấn công lãnh đạo Mỹ, nhất là nhà ngoại giao cao cấp Harkin, ông McNamara, và ông Cabot Lodge. Một phần của việc huấn luyện của Biệt Động là các chiến sĩ phải ngồi cách xa nhau, mặt bị bịt lại để không ai biết có bao nhiêu người trong đội, ngoại trừ đội trưởng và đội phó. Họ chỉ biết đến nhau khi họ được phân công làm việc với nhau, và phải đến một địa điểm nào đó ở một thời điểm nào đó.

(Ông Lợi còn ghi chú rằng lính Mỹ da trắng được xem là quân xâm lược và họ không muốn giết lính Mỹ da đen vì đây là những người trước đây làm nô lệ.)

Ông Lợi nói rằng "trước khi tấn công quân đội Mỹ, chúng tôi được trên chỉ định rằng phải ký giấy quyết tử vì chúng tôi ở trong đội Quyết tử. Những người tấn công Đài Phát thanh, Dinh Độc lập (Dinh Thống nhất), và Đại sứ quán Mỹ không phải ký giấy đó.

(Đây là một điều rất thú vị đối với người phỏng vấn này vì tôi đã tra tấn một trong những người sống sót trong trận tấn công Đại sứ quán, và trong giới báo chí Mỹ, cuộc tấn công đó được hiểu rộng rãi là cuộc "tấn công tự vẫn." Trong bài báo cáo của tôi về cuộc tra tấn, tôi không mô tả nó như thế.)

Những đội này có từ thời chiến tranh chống Pháp, và đội quyết tử đầu tiên trong cuộc Chiến tranh chống Mỹ được hình thành vào năm 1965. Mỗi tỉnh có một đội quyết tử riêng. Có rất nhiều người trong đội năm 1965. Tôi là người thứ 70 gì đó, nhưng không phải là người cuối cùng. Sau này, đội này bành trướng quá nhanh nên có nhiều người được tách vô đội 1966 và 1967.

Việc lập kế hoạch cho cuộc tấn công Harkin, Lodge, và McNamara rất phức tạp vì gặp khó khăn trong việc tìm hiểu địa điểm, đường đi, và thời gian của những người khách này. Ông McNamara, Bộ trưởng Quốc Phòng Hoa Kỳ, đã thường xuyên ghé thăm Việt Nam, thường cứ ba tháng một lần, và đội Biệt Động đã thực tập cuộc tấn công xe của ông ta ở căn cứ Đức Hoà-Mỹ Hạnh. Kế hoạch nguyên thuỷ là thuê một ngôi nhà trên đường đi của McNamara và cho nổ một quả bom thật mạnh khi ông ta đi ngang. Tuy nhiên, ông McNamara đổi kế hoạch của mình nên đội lại tính tấn công đoàn xe của ông tại cầu Công Lý vào tháng Năm 1964. Đồng đội của ông Lợi là Nguyễn văn Trỗi.

Họ đã đặt hai cái mìn ở đó, mỗi cái khoảng 8kg, đã tính tốc độ của xe và thời điểm khi xe sẽ đi qua. Mấy cái bom có đủ sức để gây thiệt hại nặng trong vòng 100 m và huỷ hoại toàn bộ đoàn xe. Trước khi đoàn xe đến nơi, anh Trỗi ra kiểm tra ngòi nổ gắn liền với mấy cái bom. Anh bị dân địa phương phát hiện, tưởng anh là ăn trộm và gọi cảnh sát. Ông Lợi là người canh phòng của cuộc tấn công cũng bị bắt. Hai thành phần kia của đội trốn thoát.

Ông Lợi nói, "Tôi nói anh Trỗi để tôi lãnh hết trách nhiệm vì anh ấy đã có gia đình mà tôi thì chưa, nhưng anh ấy không chịu. Anh nói nếu tôi lãnh trách nhiệm thì cả hai sẽ bị giết, sẽ không có ai tiếp tục con đường cách mạng. Nếu anh ấy lãnh hết trách nhiệm, tôi có thể được án nhẹ hơn và có thể tiếp tục đấu tranh. Tôi vô tù vào tháng Năm 1964 với anh Trỗi vì cuộc ám sát thất bại. Tôi bị đưa đi Côn Đảo vào tháng Chín 1964, và được thả vào tháng Hai 1974. Ở Côn Đảo, tôi bị tra tấn rất nhiều và cũng bị cho vô chuồng cọp."

Anh Trỗi bị án tử hình, nhưng được trì hoãn việc xử tử tạm thời khi nhóm kháng chiến cộng sản của Venezuela FALN bắt cóc trung tá Michael Smolen để trả thù cho án của anh Trỗi. Họ đe doạ sẽ giết ông người Mỹ nếu anh Trỗi bị xử tử. Cuối cùng ông Smolen được thả không hề hấn, nhưng anh Trỗi thì bị bắn tử hình sau đó không lâu ở khám Chí Hoà vào ngày 15 tháng Mười 1964.

Khi cuộc phỏng vấn sắp kết cuộc, tôi hỏi ông Lợi nếu ông có muốn thêm điều gì không. Ông ấy trả lời: "Việt Nam là một đất nước rất đặc biệt. Chúng tôi rất hiền lành, tử tế, nhưng qua quá trình lịch sử, tất cả mọi người, trẻ hay già, đều chống lại quân xâm lược. Mỗi người đều có trách nhiệm bảo vệ đất nước của mình. Chúng tôi phải chống lại quân xâm lược. Bây giờ, Mỹ và Việt Nam là bạn. Cái gì đã qua hãy cho nó qua. Tuy nhiên, tôi cũng muốn đề cập đến hậu quả tai hại của cuộc chiến tranh chống Mỹ, đó là chất độc da cam. Đôi khi tôi thăm các bạn tôi và thấy con cháu họ bị ảnh hưởng trầm trọng vì chất độc da cam. Tội nghiệp lắm."

Trong suốt buổi nói chuyện, ông Lợi rất niềm nỡ, nhiệt tình. Tôi tặng ông ấy cái huy hiệu và tài liệu của Cựu chiến binh vì Hoà bình, và ông ấy đã rất rộng rãi tặng lại tôi một tấm hình lồng khung lớn của anh và anh Trỗi, tấm hình chụp sau khi họ bị bắt.

Anh Trỗi trở thành thành viên đầu tiên của Việt Minh bị xử tử. Cuộc xử tử của anh được thu hình, và anh đã giữ khí phách cho đến phút cuối. Lời cuối cùng của anh cho những nhà báo Sài-Gòn trước khi bị xử tử là "Các anh là nhà báo thì các anh phải có đủ thông tin để biết được chuyện gì đang xảy ra. Chính người Mỹ là quân xâm lược. Chính họ đã và đang giết chết đồng bào ta với máy bay và bom của họ... Tôi chưa bao giờ làm điều gì trái đối với đồng bào tôi. Tôi chỉ hành động chống người Mỹ." Khi một linh mục muốn xá tội cho anh, anh từ chối, nói rằng, "Tôi đã không làm tội gì. Chính người Mỹ là người đã gây tội lỗi." Khi những phát súng đầu tiên được bắn, anh kêu lên, "Việt Nam muôn năm!"

Lê Hồng Quân

Chiến sĩ Mặt Trận Dân Tộc Giải Phóng

Chúng tôi gặp chị Lê Hồng Quân lần đầu ở trước ngôi nhà khiêm nhường và khuôn vườn xanh tươi của chị. Chúng tôi được mời vô nhà. Qua lời thông dịch của Michael Abadai, tôi cho chị Quân biết về trải nghiệm quân sự của tôi và mục đích của cuộc phỏng vấn: tìm hiểu về chuyện chị tham gia Biệt Động.

Chị Lê Hồng Quân bắt đầu... "Khi tôi còn nhỏ, tôi thích thơ. Vì vậy, mẹ tôi dạy tôi đọc để tôi có thể đọc những bài thơ như Lục Vân Tiên, Thạch Sanh - Lý Thông... Khi tôi đi học ở trường làng thì tôi đã biết đọc. Tôi nghỉ học sau vài tháng. Tôi muốn làm giao liên cho Cách Mạng. Thật ra, là một người phụ nữ, tôi chỉ muốn "hoà bình thay vì chiến tranh, tình thương thay vì hận thù, hạnh phúc thay vì khổ đau." Chỉ vì quê tôi và tôi không thể có được những thứ đó mà tôi phải nghỉ học để theo cách mạng. Từ những năm 1960 tôi đã bị buộc phải chứng kiến cảnh giết hại người yêu nước và tôi đã ghi lại thành thơ:

Chú nhẹ bước đoạn đường ra máy chém(1)
Giặc lùa dân gom vào bãi giết người
Nụ cười hiền từ biệt điểm trên môi
Chú cười đấy
Cháu cau mày, chực khóc!
Giặc trói thúc đôi vai trần gân guốc
Biết giờ đây vợ con chú phương nào?
Đất rùng mình...
Giặc ấn phập lưỡi dao
Trời sập tối quấn vành tang mái xóm.
Đầu lìa cổ, máu loang đầm mặt đất
Bỗng lừng bừng đôi mắt chú long lanh
Cháu sững nhìn
Không thể nữa lặng im
Phải đòi máu, bắt giặc thì trả máu!

Trông ra bãi xóm đôi bờ nổi lửa
Chặt phảng(2) rèn mã tấu(3) thay gươm
Má bảo: "Từ lòng đất chú lại lên"
Cầm mã tấu cùng xóm làng nổi lửa.
Theo Bước Chú - Lê Hồng Quân - 1960
(1) Máy chém: là công cụ chặt đầu người thời Ngô Đình Diệm.
(2) Phảng: là dụng cụ phát cỏ của nông dân vùng đồng bằng sông Cửu
Long.
(3) Mã tấu: tên một loại vũ khí tự chế tạo chuẩn bị cho Đồng Khởi của
người dân.

Chị Lê Hồng Quân sanh năm 1947 tại xã Phú Thứ, huyện Châu
Thành, tỉnh Cần Thơ. Chị nói về lý lịch của mình như sau: "Gia đình tôi
có năm anh chị em. Cha tôi là một nhà nông nhưng rất giỏi võ như ông
nội tôi. Ông nội có một trường dạy võ. Những người giỏi võ thường hay
rất quân tử. Tôi cũng được dạy võ, nhưng tôi chưa giỏi ..." Chị ấy nói
tiếp: "Cha tôi tập kết ra Bắc 1954. Má tôi cũng đến nơi tập trung, nhưng
được phân công ở lại miền Nam. Bà ở lại với ba người con nhỏ. Hai anh
lớn của tôi cũng tập kết ra Bắc như cha chúng tôi." Do sự thất bại của
Hiệp định Genève, chị Quân không được thấy mặt cha và các anh cho
đến ngày Giải phóng năm 1975. "Má tôi đã tham gia cách mạng từ năm
1946. Chỉ một thời gian ngắn sau mỗi lần sinh nở, bà gởi đứa bé cho
người làng để bà tiếp tục hoạt động Cách Mạng của mình. Cũng như với
tôi, sau 8 tháng, má cai sữa và gởi tôi lại cho bà Ngoại. Sau đó, tôi được
đem gởi ở nhiều gia đình khác nhau. Những đồng chí lớn tuổi cho trẻ
nhỏ như tôi làm giao liên để tránh sự để ý của giặc. Tôi đứng canh gác,
thu thập thông tin, và báo cáo tình hình của giặc cho các đồng chí. Một
trong những cách tôi dùng để chuyên chở tài liệu là bỏ nó trong ruột của
cần câu bằng trúc. Đó là điều làm tôi trở thành tự lập và tháo vát từ khi
còn nhỏ." Chị Lê Hồng Quân làm việc với mẹ chị ấy khi còn trẻ, vận
chuyển vũ khí, chất nổ, tiếp tế cho lực lượng cách mạng, và còn là giao
liên – trinh sát.

Khu vực xung quanh Cần Thơ trước 1954 đã có một phần nằm dưới
sự quản lý của Cách Mạng, và một số đất của điền chủ theo Pháp đã được
Cách Mạng chia cho nông dân. Sau 1954, điền chủ trở về, cùng với quân
lính của ông Diệm, sử dụng những biện pháp trả thù hung bạo và khắc
nghiệt, kể cả giết chóc (chặt đầu) và tra tấn, lưu đày những người làm

Cách Mạng đã ở lại miền Nam. Chị Quân đã bị bắt buộc phải chứng kiến những sự giết chóc này – như việc một bộ đội Cách Mạng đã bị bắt và quân của ông Diệm đã nói, "Nếu ông nói đả đảo Hồ Chí Minh và Ngô Đình Diệm muôn năm, chúng tôi sẽ thả ông ra." Người bộ đội cách mạng nói, "Hồ Chí Minh muôn năm, đả đảo Ngô Đình Diệm." Họ liền đè xuống và moi ruột anh trước mặt dân làng, kể cả trẻ em. Những người ở xung quanh, nhất là trẻ em, la hét và khóc lóc thảm thiết.

Là một du kích quân, chị Quân được huấn luyện về việc sử dụng vũ khí và chiến thuật. Chị trở thành một trong những người lãnh đạo du kích quân địa phương, rồi vào bộ đội quân giải phóng. Năm 1966, chị được chuyển lên Sài-Gòn, vào tiểu đoàn nữ biệt động Lê thị Riêng. Chị sống trong một ngôi nhà mướn như một người dân bình thường và đi bán hàng rong, gánh nước mướn, làm phu khuân vác bến cảng Sài-Gòn.

Năm Mậu Thân 1968, trong kế hoạch tấn công dịch của lãnh đạo Cách Mạng bao gồm: cuộc tấn công Sài-Gòn, các trụ sở của chính quyền Sài-Gòn, binh lính Mỹ và lực lượng quân đồng minh của họ. Lực lượng chính mở màn trận đánh trong nội đô là biệt động Sài-Gòn, là lực lượng có khả năng "tàn hình trong quần chúng nội đô" và biết địa hình cho đến từng mái nhà, từng góc đường. "Chúng tôi được trang bị với nhiều loại vũ khí, cất dấu ở nhiều địa điểm trong thành phố (kể cả B40, chất nổ TNT và C4, v.v...). Ngoài súng ống mà chiến khu gởi ra, chúng tôi còn tìm cách lấy vũ khí của địch. Chúng tôi đã được huấn luyện sử dụng những vũ khí đó. Lực lượng biệt động được chia thành nhiều đội và được phân công tấn công những điểm trọng yếu khác nhau. Tất cả các mục tiêu đều được nghiên cứu kỹ càng trước khi tấn công. Kế hoạch tấn công bao gồm cách tiến đến mục tiêu, tấn công như thế nào, kể cả nếu bị bao vây làm sao để rút lui vào bí mật. Mọi việc đều được tính toán một cách bài bản, chu đáo."

Ngay giữa câu chuyện về chiến thuật và việc huấn luyện của mình, chị Quân đột nhiên và không có sự gợi ý đã nói: "Ngay cả trong lúc tôi tham gia vào cuộc đấu tranh chống Mỹ xâm lược ở Sài-Gòn, tôi biết rằng ở Mỹ có những người đấu tranh chống chiến tranh ở Việt Nam, kể cả binh lính Mỹ. Đã có người tốt bị bắt buộc tham gia vào chiến tranh. Đã có bao bà mẹ Mỹ đau khổ vì mất con trong cuộc chiến tranh xâm lược Việt Nam. Tôi yêu quí họ." Câu nói của chị là biểu hiện rõ nhất và chân thành nhất mà tôi đã nghe về sự không hận thù của hầu hết người Việt đối với người Mỹ.

Trong giai đoạn 1 của cuộc tấn công Tết Mậu Thân năm 1968, đơn vị của chị Lê Hồng Quân ém quân ở nhiều địa điểm trong thành phố. Đặc biệt bố trí ở một số điểm trọng yếu như: khu tứ giác Quang Trung; phối hợp với những người hoạt động bí mật "nội tuyến" trong lực lượng quân đội cộng hòa, cắt dây kẽm gai, phá tường rào khu huấn luyện tân binh để giải thoát cho khoảng 500 thanh niên bị bắt lính đang tập trung để huấn luyện.

Chị Quân nói: "Vào trận đánh, Quân đội cộng hoà đông hơn và bao vây chúng tôi... Lần đó tôi bị bắn vào nhượng chân, nhưng tôi vẫn thoát được về nhà số 241/43 Phạm Ngũ Lão (Quận Nhì cũ). Người của tôi chăm sóc và giấu tôi trên gác xếp. Tôi tự mổ để xử lý vết thương của mình."

Chị nói tiếp... "Trong đợt 2 của cuộc tấn công Mậu Thân vào tháng 5, tôi chỉ huy một số trận đánh trên địa bàn Cô Bắc, Cô Giang, Cầu Muối, Đề Thám... (Quận Nhì Cũ), khi đó đường Đề Thám Sài-Gòn có nhiều ống cống lớn chồng chất bên lề đường. Chúng tôi dùng nó để làm công sự tránh lửa đạn. Chúng tôi cũng lăn nó ra để chặn xe địch. Quận Nhì là quận trung tâm Sài-Gòn thuở ấy, còn gọi là "Quận trọng điểm khu đặc đô", nơi tập trung nhiều cơ quan đầu não của Mỹ và chính quyền, quân đội Sài-Gòn. Chính quyền và quân đội Sài-Gòn đã tập trung bao vây, phản kích chúng tôi để bảo vệ cơ quan đầu não của họ. Sau khi tấn công mục tiêu của mình, chúng tôi bị bao vây và lui dần vào hẻm 83 đường Đề Thám. Địch tiếp tục ném lựu đạn vào. Chúng tôi ném nó trở lại trước khi nó nổ. Tuy nhiên, có một số nổ gần chúng tôi và gây nhiều vết thương mảnh đạn. Sau đó, tôi đã có 23 lần mổ, kể cả điều trị ở Đức, nhưng vẫn còn nhiều mảnh đạn nhỏ trong người tôi mà chưa lấy ra được. Hơn nữa, tôi còn bị một viên đạn AR15 xuyên qua làm dập một xương ống tay. Trong ngày cuối cùng, hai người nữa và tôi – chị Lê thị Bạch Cát (Sáu Xuân) và chiến sĩ trinh sát của tiểu đoàn tên Nguyễn Văn Quang, chỉ mới 15 tuổi – đều bị thương. Chúng tôi tự nguyện lộ diện cố ý thu hút hỏa lực của địch về phía mình để đồng đội có thể rút lui. Cánh tay bị thương của tôi lủng lẳng và chảy máu rất nhiều. Tôi làm ga-rô để cầm máu và quyết định cắt bỏ phần cánh tay đã bị dập để đỡ vướng. Trên bàn tay của cánh tay bị thương có một chiếc nhẫn mà má tôi mới cho tôi chỉ vài ngày trước. Tôi vừa định lấy chiếc nhẫn ra để giữ một kỷ niệm của má tôi, nhưng rồi tôi nghĩ chắc thế nào cũng hy sinh mạng mình, nên tôi không gỡ nó ra. Chúng tôi ngồi đâu lưng nhau để cố gắng cầm cự; Quân đội và chính quyền Sài-Gòn chỉ huy bao vây chúng tôi, cuộc chiến đấu phản kích và chống phản kích diễn ra quyết liệt ở những địa bàn có tiểu đoàn tôi ém quân trên Quận Nhì. Phía địch tập trung bao vây đông gấp nhiều lần hơn chúng tôi, nhưng chúng tôi đã nhiều lượt đánh bật những mũi tiến công phản kích của quân đội và cảnh sát Sài-Gòn, gây cho họ những tổn thất không nhỏ; ngoài những binh lính, cảnh sát bị chết, bị thương, còn có hai sĩ quan chỉ huy lực lượng phản kích đó là: Trưởng ty cảnh sát Quận Nhì Đặng Minh Công, bị thương tại mặt trận Đề Thám và Võ Văn Đức trưởng phòng cảnh sát đặc biệt Quận Nhì, bị thương tại mặt trận Cầu Muối. Cuối cùng, vì hết đạn nên tôi bị bắt và bị đưa vào tra tấn ngay lập tức. Tại Ty cảnh sát đặc biệt Quận Nhì, họ tra tấn tôi bằng cách khảo vết thương.

Những lúc tưởng chừng không vượt qua được cái chết, tôi đã ghi lại những dòng thơ để gửi mẹ:

...Trận tuyến trong tù con là chiến sĩ
Dù xích xiềng nghiến nát tay chân con
Đợt khảo bức cung một mất một còn
Khảo rồi dụ những thế đòn hiểm bạo
Giặc đốt vết thương phòng tra khét máu
Bạn tù quanh con mắt cháy ngời
Con giữ cho con, cho bạn nụ cười
Vòng khảo hội, giặc không rời tay khảo.
Giữa phòng tra sạm đen vết máu
Lại máu con tuông, máu đỏ loang
Ngày chiến thắng về nếu thiếu con
Mẹ hãy ngẩn mặt
Nhìn nước non
Con theo lá cờ son về bên mẹ
Lá thư trong nhà lao - Lê Hồng Quân – 5/1960

Em Nguyễn Văn Quang - chiến sĩ trinh sát của tiểu đoàn cũng bị tra tấn đến chết tại trại số 5 - bệnh viện Chợ Quán, nơi tập trung thương binh trong đợt hai Mậu Thân. Tối ngày 5/5/1968, tôi bị đưa vào Bệnh viện Chợ Rẫy để cưa tay. Sáng ngày 6/5/1968, cảnh sát đặc biệt vô ngay phòng hậu phẫu để tra hỏi. Họ muốn tôi cho họ biết những cơ sở, nơi chúng tôi ém quân và dấu vũ khí, những cánh quân phối hợp khác nhau của cuộc tấn công, mật khẩu để liên lạc với lãnh đạo trong nội đô... Tôi

không cho họ biết tôi hoạt động nội đô. Tôi cứ nói tôi thuộc lực lượng
bộ đội giải phóng. Họ đánh đập tôi đến vỡ xương cánh tay bị thương.
Cuộc tra khảo kéo dài nhiều tháng đến nỗi chân tôi bị liệt không còn đi
được nữa. Ba tháng sau khi tôi bị bắt, má tôi cũng bị bắt khi bà đang đi
trên đường Bến Hàm Tử. Họ xét má tôi, họ tìm thấy một khẩu K54, là
loại súng bộ đội giải phóng đang dùng. Họ bắt má đối chất với tôi và tìm
cách để chúng tôi nhận là má con. Họ tra tấn má và đe doạ, "Con gái bà
không đi được nữa. Nếu bà nhận con gái bà, chúng tôi sẽ cho bà đem cô
ấy về biệt giam nơi giam bà để chăm sóc. Nếu không, chúng tôi sẽ để cho
cô ấy chết." Tuy nhiên, chúng tôi nhất quyết không nhận là má con. Nếu
chúng tôi nhận là má con, thì sẽ lộ ra tôi là biệt động, hoạt động trong
vùng nội đô, liên quan đến các đầu mối cơ sở nội đô và nhiều vấn đề
khác nữa.

Sau khi bị giam giữ ở một số trại tù tại Sài-Gòn, chúng tôi bị đày tới
trại Cấm Cố - Thủ Đức. Ở đó, mười mấy tù nhân bị nhốt trong một gian
nhỏ, không đủ cho tất cả mọi người cùng nằm xuống một lúc; lúc nào
cũng có người ngồi, người nằm. Cái mái tôn quá thấp, chúng tôi có thể
đụng nó với bàn tay mình. Khi trời mưa, nền xi-măng biệt giam của nhà
tù ngấm ướt nước vì quá thấp.

Tháng 11/1969, họ đưa má con tôi ra Côn Đảo. (Chú thích của
người hiệu đính bài: Côn Đảo là trại tù nổi tiếng ở Đảo Côn Sơn nơi có
trên 20 ngàn tù nhân đã chết.) Má con tôi đều bị đưa vô chuồng cọp,
nhưng ở khác chỗ. Năm 1973, Hiệp Định Pa-ri được ký kết, nhưng tôi
không được trao trả. Chính quyền Sài-Gòn định đổi tôi ra thành tù
thường phạm, không phải là tù chính trị, đó là một cách chính quyền có
thể tiếp tục giam giữ tù nhân chính trị, dưới sự thoả thuận của hiệp định.

Ngày 4/3/1974, má con tôi được trao trả ở Lộc Ninh, nơi đã trở
thành trụ sở của chính phủ Cách mạng lâm thời. Má tôi chỉ còn 29 kg, tôi
thì còn 30 kg. Suốt đoạn đường trở về, tôi được khiêng trên băng ca,
ngoại trừ khi có 2 người dìu hai bên. Sau một thời gian điều trị, má tôi đi
lại được, bà đã xin trở lại chiến trường ở ven đô Sài-Gòn, chúng tôi muốn
chiến đấu để chúng tôi có thể có hoà bình sớm hơn và có cơ hội để được
gặp người thân yêu của mình.

Tôi hồi phục sau má tôi vì chân tôi bị thương, bị tra khảo nên liệt
nặng hơn. Cuối năm 1974, tôi đã có thể chống gậy đi lại được. Tôi có tên
trong danh sách được đưa ra miền Bắc để điều dưỡng, nhưng tôi quyết
định trở lại Sài-Gòn để nối lại với cơ sở và tiếp tục hoạt động của mình.

Cũng vào lúc đó tôi nhận được tin là ba và hai anh đều còn sống ở ngoài Bắc. Thật xúc động vì sau hơn 20 năm tôi mới nhận được tin, thư của ba. Tôi đã viết một bài thơ hồi âm cho ba:

> Hôm nay nhận được thư ba
> Lá thư hai mốt năm xa đợi chờ.
> Cầm thư, thư tới bất ngờ
> Bàng hoàng thực tế ngỡ trong mơ
> Mở thư con vẳng nghe ba gọi
> Canh cánh trời xa bỗng ngẩn ngơ.
> Con biết người đi nhớ xó lòng
> Dõi theo đằng đẵng tháng năm mong
> Thư ba thắm thiết về quê cũ
> Tìm đến con giữa đợt tiến công.
> Ba ơi! Ba có rõ không?
> Chăn cha để lại sưởi lòng quê hương
> Chăn xưa ba khoác chiến trường
> Đắp con thêm ấm chặn đường ra quân
> Chăn cháy rồi, bom thù dội lửa
> Đạn quân thì cướp mất tay con.
> Nhưng chúng không cướp được
> Cánh đồng, bến sông nhà
> Con tiếp tục lao về phía trước
> Giữ chiến hào bảo vệ quê ta.
> Xóm làng nhắc mãi người xa
> Bờ tre luống mạ nhớ ba gieo trồng
> Lúa xanh nay vẫn xanh đồng
> Tre xanh dựng cánh rừng chông quê nhà.
> Ngày mai con hành quân xa
> Lá thư Hà Nội cùng ra chiến trường.
> **Nhận thư - Lê Hồng Quân – 4/1975**

Tháng 4/1975, trên đường tiến về giải phóng Sài-Gòn trong chiến dịch Hồ Chí Minh, cuộc chiến đấu dữ dội vì hòa bình độc lập của Tổ quốc đã đến giai đoạn sắp kết thúc. Cũng như bao chiến sĩ giải phóng trong lửa đạn chiến trường, mình có thể hy sinh trước phút ngừng tiếng súng. Tôi đã viết cho ba tôi với suy nghĩ có thể là lá thư cuối cùng của đứa con gái quê nhà gửi cho ba:

Đã bốn ngày chưa xong lá thư
Con viết gửi ra thủ đô đất nước
Biết nói những gì, nào sau, nào trước?
Những mất còn qua lửa bỏng dầu sôi.
Ngược thời gian xao xuyến quá ba ơi.
Không thể quay lưng ngược chiến trường
Nhất tâm con nguyện tới tiền phương
Chuyến đi Hà Nội xin đình lại
Đại thắng rồi đi, ấy vui hơn.
Nay viết thư này con gửi ba
Trong mùa chiến dịch của quê ta
Giữa hai chặng hành quân vội vã
Rừng tiễn đưa, suối điệp khúc ca.
Đêm nay con vượt đường xa
Thẳng hướng Hồ Chí Minh thành phố
Đi đào huyệt chôn hận thù, đau khổ
Vì hòa bình thống nhất nước nhà.
Dừng nghỉ chân gà rừng báo canh ba
Con nghe từ thủ đô Tổ quốc
Ba trăn trở đêm dài không an giấc
Mong lá thư nhà hơn hai chục năm xa.
Đừng trách con chữ nguệch nghe ba
Khi cả quê mình là hỏa tuyến
Khoảng ngày thơ con đem vào trận chiến
Không kịp mặc áo học trò
Không có tuổi chơi bi
Nắm trong tay súng kép con đi.
Chặn bàn tay cướp Mỹ
Rời quê!
Hành trang theo con là máy chém
Những chiếc đầu... "vầng trăng chiến sĩ"
Trận địa là trường
Giảng viên là đồng bào đồng chí
Con miệt mài hơn hai chục năm qua
Bài con học vỡ lòng là khí tiết
Rất tự hào!
Đường con đi, đường của mẹ của ba!

__Lá thư đầu chiến dịch - Lê Hồng Quân - 4/1975__
Súng kép: là súng trường tự chế tạo để chuẩn bị cho Đồng Khởi.

Năm 1975, tôi làm cho Ban Tổ chức Thành Uỷ Sài-Gòn – Gia Định, quản lý thực hiện việc xây dựng chính quyền giải phóng. Tôi là thành viên của phái đoàn Sài-Gòn ra Hà Nội dự lễ Quốc Khánh và lễ khánh thành Lăng Bác Hồ.

Sau khi chúng tôi chấm dứt cuộc phỏng vấn, chị Quân dẫn chúng tôi đến phòng nơi mẹ chị đang nằm và giới thiệu chúng tôi. Bà chào hỏi chúng tôi niềm nở. Đã 99 tuổi và do hậu quả của nhà tù, sự tra tấn, chị Quân nói rằng bà mẹ đôi khi nhầm lẫn hiện tại và quá khứ. Sau khi thăm viếng mẹ chị Quân chúng tôi chụp vài tấm hình. Chị Lê Hồng Quân cám ơn chúng tôi đã gặp và nói chuyện với chị. Chúng tôi bước ra phía trước nhà, khu vườn nhỏ của chị, và ra ngoài đường và chiếc taxi đang chờ đợi chúng tôi.

Nguyễn Thị Bích Nga

Chiến sĩ Biệt Động

Người phiên dịch của tôi, Michael Abadai, đi taxi tới đón tôi tại khách sạn, và chúng tôi tới nhà của bà Nga tại đường Hưng Phú Phường 8 Quận 8, gần khách sạn tôi ở tại khu Bến Thành. Khi tôi tới, bà Nga mời chúng tôi vào một căn phòng nhỏ ngay mặt đường, trên tường có treo một bức ảnh của Chủ tịch Hồ Chí Minh và chúng tôi nói chuyện tại đây.

Bà Nga sinh năm 1951 tại xã Phổ Ninh, Đức Phổ, Quảng Ngãi và sống ở đây cho tới 12 tuổi. Do mồ côi cha mẹ nên bà được nhận nuôi từ nhỏ; cha nuôi của bà tham gia kháng chiến chống Pháp, tập kết ra Bắc vào năm 1954 và chết tại Hà Nội năm 1956.

Bà Nga nói "khi tôi còn nhỏ, tôi đi học ở trường làng, nhưng chỉ học tới lớp 5. Khi 12 tuổi, tôi vào Sài-Gòn với mẹ nuôi và trở thành người giúp việc cho một gia đình ở Quận 6 với công việc trông trẻ và làm việc nhà."

Khi tôi hỏi tại sao bà tham gia Biệt động, bà Nga nói: "Lúc học tại trường tiểu học Đức Phổ - Quảng Ngãi, bạn cùng lớp và tôi bị buộc phải chứng kiến một người Việt Cộng bị lính Ngụy giết chết. Sau khi bắn, họ kéo thi thể của anh phơi nắng giữa trưa hè tại sân vận động gần trường. Tôi nhớ rất rõ và hình ảnh đó khiến tôi thù hận. Từ đó, tôi muốn theo con đường của cha nuôi tôi.

Khi tôi mới làm cho gia đình đó. Tôi không biết họ là một trong những mạng lưới của cách mạng cho tới một ngày, khi tôi đang dọn giường của bà chủ, tôi nhìn thấy tấm thiệp chúc Tết của Bác Hồ nên tôi tin rằng họ có liên lạc với Cách mạng, vì thế tôi đã yêu cầu họ tiến cử tôi tới nơi chỉ huy.

Khi tôi được chọn vào nhóm cách mạng vũ trang, tôi được đưa tới trường quân sự, ở đó tôi được đào tạo để trở thành một thành viên của lực lượng Biệt động Sài-Gòn. Tôi được tham gia các khóa học khác nhau để có được những kỹ năng cần thiết của một biệt động, như sử dụng vũ

khí hạng nhẹ và súng cối. Các khóa học được tiến hành tại vùng giải
phóng ở ngoại thành. Lúc đó là năm 1966, tôi được 15 tuổi.

Sau khi được đào tạo, tôi được đưa vào Sài-Gòn, là thành viên trong
tổ dự bị, để tham gia cuộc chiến đầu tiên của tôi là pháo kích bằng cối 82
ly vào dinh Tổng Thống (nay được gọi là dinh Độc Lập) nhân ngày kỷ
niệm Quốc khánh của chính quyền Sài-Gòn, ngày mùng 1 tháng 11 năm
1966. Nhưng cuối cùng trong trận chiến đấu này, chúng tôi đã không
thực hiện được vì đã có các đơn vị pháo binh vòng ngoài đã pháo kích
thành công 36 trái vào giữa khán đài, làm bị thương số lính Mỹ, 1 đại tá
hải quân E. Richard và phá hỏng lễ kỷ niệm. Về phía của chúng tôi,
không có ai bị thương hay bị bắt.

Sau trận này, tôi được đưa lại vào Sài-Gòn để tiếp tục hoạt động và
theo dõi thói quen của kẻ thù. Trong thời gian này, tôi và nam đồng đội
ở lại ngôi nhà do tổ chức cung cấp tại quận 3. Ngôi nhà này nằm ở khu
dân cư có nhiều lính Mỹ, Ngụy nên chúng tôi cải trang thành 1 cặp vợ
chồng mới cưới để dễ dàng hoạt động và tránh sự dò xét của an ninh
mật vụ và những người xung quanh.

Vào sáng ngày 13 tháng 2 năm 1967, chúng tôi được cấp trên giao
nhiệm vụ pháo kích bằng cối 82 ly vào Sở chỉ huy của tướng Mỹ
Westmoreland, là tổng tư lệnh quân đội Mỹ tại Việt Nam và là chỉ huy
trưởng của các cuộc càn phá, giết hại nhân dân Việt Nam. Đồng đội nam
là xạ thủ số 1, là tổ trưởng và là người trực tiếp điều chỉnh hướng ngắm;
tôi là xạ thủ số 2, là người bắn trực tiếp. Do khẩu cối không giá chân,
bàn đế, và kính ngắm nên chúng tôi chỉ bắn được 3 quả thì nòng pháo bị
lún. Kết quả là 2 quả trúng nóc của trụ sở, quả còn lại trúng một xe GMC
chở lính Mỹ đang trên đường đi càn, giết 16 và bị thương 13. Trước khi
rút lui, chúng tôi cài lựu đạn làm phát nổ giết thêm 1 số chuyên viên kỹ
thuật, 2 thủy quân lục chiến, 1 số cảnh sát và Phó ty cảnh sát Quận 3 khi
chúng phát hiện và xông vào nhà xem xét trận địa. Còn tôi và đồng đội
đều an toàn rút lui về căn cứ dưới sự yểm trợ của các đồng đội khác.

"Sau trận này, tôi được đưa tới căn cứ để nâng cao kỹ năng chiến
đấu trong thành phố để chuẩn bị cho trận chiến Tết Mậu Thân năm 1968
(đợt 1). Theo kế hoạch, trong năm Mậu Thận, tổng lực lượng là 88
người với nhiệm vụ đánh chiếm các mục tiêu trọng yếu của Mỹ, Ngụy tại
Sài-Gòn như: đại sứ quán Mỹ, dinh Tổng thống, trụ sở đài phát thanh, Bộ
Tổng tham mưu Ngụy và Bộ Tư lệnh hải quân. Tôi được phân công tham

gia tấn công vào Bộ tổng tham mưu Ngụy, nhưng bị ốm vào phút cuối nên tổ chức không cho tham gia trận này.

Vào ngày 02 tháng 05 năm 1968 (đợt 2), tôi được giao nhiệm vụ tham gia pháo kích cối 60 ly (trực tiếp bắn) vào dinh Tổng thống. Do tôi đã bị biết mặt và có ảnh để nhận dạng, nên khi tôi cùng với nữ giao liên dẫn đường đang trên xe vào Sài-Gòn thì bị lính phát hiện ở Chi khu cảnh sát Bình Chánh. Khi bắt tôi, tên cảnh sát hỏi: 'Còn ai khác trên xe này?' 'Không,' tôi trả lời. Họ cho chiếc xe đi và bắt tôi lại."

Bà Nga bị đánh và tra tấn, và vẫn không chịu hợp tác, nhưng do bà không khai điều gì nên họ cũng không thể kết tội bà. Bà bị giam giữ tại các nhà tù: Đề lao Gia Định, Thủ Đức, Chí Hòa, Tân Hiệp (Biên Hòa) và cuối cùng là Côn Đảo – Tổng cộng thời gian bị giam là 7 năm, trong đó có 4 năm ở Côn Đảo (năm đầu tiên bà bị giam trong chuồng cọp). Trong 7 năm này bị giam bà đều chống chào cờ và chống thi hành nội quy nhà giam.

Tại nhà tù Côn Đảo có khoảng 10 ngàn tù nhân chính trị bị giam giữ. Dù Hiệp định Paris được ký năm 1973 buộc kẻ thù phải trao đổi tù nhân chính trị, nhưng họ chỉ công nhận 2081 người là tù nhân chính trị. Số còn lại bị đàn áp chuyển thành án thường phạm và đã bị những tù nhân này đã quyết liệt chống đối không để chúng thực hiện âm mưu và tiếp tục bị giam giữ. Bà Nga nhớ lại "gần đến ngày 30/04/1975, khi quân giải phóng ào ạt tiến công tới Nha Trang, chúng tôi bị đàn áp, đánh đập và bị đưa trở lại Côn Đảo. Đến ngày 30 tháng 4 năm 1975, cả nước thống nhất và chúng tôi được tổ chức rước về.

Tôi và những người tù khác rất gầy, yếu do thiếu dinh dưỡng vì bị giam cầm trong điều kiện khắc nghiệt, ăn uống cực khổ trong các nhà lao, nên có một số đông tù nhân đã không thể đi được. Sau ngày độc lập, tôi làm việc cho cơ quan Quận 1 và cơ quan trực thuộc Thành phố Hồ Chí Minh. Năm 1976, tôi kết hôn, có hai con gái, hiện cả hai đều trưởng thành và đã đi làm. Hiện tại, tôi đã nghỉ hưu, nhưng vẫn tham gia một số công tác xã hội tại Phường, Quận. Dù cuộc sống của tôi hiện nay rất ổn định, nhưng tôi vẫn mong muốn tìm được người thân ruột thịt của gia đình, vì thế tôi đã đăng ký chương trình 'Như chưa hề có cuộc chia ly' của đài VTV1. Chương trình này đã phát sóng trường hợp của tôi, nhưng đến nay tôi vẫn chưa có tin gì. Tôi vẫn đang tiếp tục hy vọng...

Trong cuộc chiến này, có nhiều người lính đã hi sinh nhưng đến nay hài cốt của họ chưa được tìm thấy. Ví dụ như anh Bảy Lốp, đội trưởng đội tấn công Bộ tư lệnh hải quân, đã bị tướng Nguyễn Ngọc Loan bắt và bắn trên phố Sài-Gòn. Sự kiện này đã được chụp lại và trở nên nổi tiếng trên truyền thông và lúc đấy đã truyền cảm hứng cho các hoạt động trên toàn thế giới."

Sau cuộc nói chuyện của chúng tôi, Michael đề nghị giúp bà Nga tìm kiếm gia đình. Đây là một việc khó khăn trong một đất nước hiện nay có tới 300 nghìn trường hợp mất tích trong khi làm nhiệm vụ. Chúng tôi chụp vài bức ảnh và cám ơn cuộc nói chuyện của bà.

Đỗ Thị Kim Liên

Chiến sĩ Biệt Động

Michael Abadai và tôi lên một chiếc taxi tới nhà của bà Liên tới một ngôi nhà mặt trước là một cái cổng lớn tiếp sau là một khoảng sân được trồng nhiều cây và hoa. Chúng tôi được dẫn tới một căn phòng rộng với nội thất sơn mài cùng bằng khen cá nhân và kỷ vật trên tường.

Bà Liên mời chúng tôi ngồi và tôi trình bày qua lai lịch của mình và lý do tôi tới phỏng vấn bà. Chúng tôi bắt đầu đặt hỏi và những câu trả lời dần tái hiện lại câu chuyện của bà.

Bà Liên sinh năm 1944, tại Sài Gòn, Tân Định, quận 1. Cha mẹ của bà là những người tham gia tích cực trong phong trào kháng Pháp. Bà Liên nói "Mẹ tôi, buôn bán tại chợ Tân Định, và bà cùng với những bà con tiểu thương ở chợ hoạt động ngầm ủng hộ kháng chiến chống Pháp".

Cha tôi cũng là một nhà hoạt động trong một nhóm chống Pháp và hoạt động ngầm ngay từ đầu phong trào chống Pháp và sau này là Việt Minh. Cha tôi là một nhân viên của một tổ chức của Pháp." Mẹ bà mất sớm khi bà mới chỉ 6 tuổi.

Bà Liên học tới lớp 10, tương đương với trung học hiện nay. Năm 1954 cha bà ra Bắc - Tập Kết và bà Liên ở lại với chú của mình, nhưng do nhà chú nghèo nên bà không thể tiếp tục đi học. Lúc đó bà mơ ước có thể trở thành một bác sĩ.

Sau Hiệp định Geneva và chính quyền Ngô Đình Diệm thay thế chính phủ chiếm đóng của Pháp, bà Liên đã chứng kiến sự đàn áp của chính quyền mới, đặc biệt đối với sinh viên, như tra tấn và xử chém. Bà đã cùng với những sinh viên và thanh niên khác bãi công, bãi khóa để phản đối sự trấn áp của chính quyền Diệm. Trong giai đoạn này bà không liên hệ với cha mình.

Bà Liên ngừng câu chuyện và xin lỗi để đi mở cửa cho con trai, và sau đó giới thiệu anh ta với chúng tôi. Tấm gương của cha mẹ bà Liên trong cuộc kháng chiến và kinh nghiệm của chính bà đã khiến bà gia nhập Mặt trận Yêu nước, trong trường hợp này là Biệt Động. Bà Liên nói

"Năm 1959, tôi gặp Ba Đen. Trong thời gian này tôi rất trẻ chỉ khoảng 16-17 tuổi. Năm nay tôi đã 70 rồi." Bà cười khi nhớ lại. "Ba Đen là người lãnh đạo, Ba Đen là người của đảng/ chính trị viên của đơn vị 159. Đơn vị này được đặt tên như vậy là do được thành lập vào tháng 1 năm 1959. Là chính trị viên Ba Đen chịu trách nhiệm ra quyết định và thực hiện những quyết định theo mệnh lệnh của cấp trên. Cấp trên của anh là Trần Hải Phùng và Tư Chu. Ông Chu gần đây được nhận danh hiệu Anh hùng, và Phùng đã được thăng cấp tướng".

Do những đơn vị này hoạt động bí mật nên bà Liên vào thời gian đó không biết họ và những người cùng hoạt động trong đơn vị. Bà Liên lúc đầu được đào tạo những kỹ thuật du kích trinh sát do vũ khí rất hiếm chỉ là những súng lấy được từ thời Pháp, của các lực lượng chính quyền hiện nay và của Mỹ. Bà Liên trực thuộc một đơn vị có nhiệm vụ theo dõi và bắt những người Việt hành hạ và giết người vô tội, hay hợp tác với người Mỹ và chính quyền thực hiện các hành vi đàn áp. Bà nói: "chúng tôi không làm những việc độc ác. Chúng tôi bắt họ, và người dân quyết định thả hay bỏ tù họ."

Vào cuối năm 1963, tại Bình Dương, bà Liên bị bắt khi bà ở trên một chiếc thuyền. Chiếc thuyền đã bị dừng lại và một người đồng chí cùng hoạt động ngầm với bà, Biệt Động đã đầu hàng và ra Chiêu Hồi, đã chỉ điểm bà. Khi bị thẩm vấn, bà bị đánh và sốc điện. Họ cũng cho một con chó tấn công bà, nó đã cắn chân bà và gây ra một vết thương nặng và bị viêm nhiễm. Vết thương này mất vài năm mới lành và bà phải mang vài vết sẹo cho tới nay.

Bà Liên nói "họ muốn tôi chỉ điểm những người đồng chí của mình nhưng tôi đã từ chối. Họ muốn tôi kể về Ba Đen nhưng tôi đã từ chối. Do vậy họ tống tôi ra Côn Đảo và đưa tôi vào chuồng cọp. Tôi ở tù trong một thời gian rất dài."

Sau khi ký kết Hiệp định Ngưng bắn Paris, tất cả tù nhân chính trị theo hiệp định sẽ được thả. Dù vậy, chính quyền Sài Gòn đã tìm cách buộc các tù nhân chính trị ký một bản tự thú thừa nhận họ là thường phạm, và điều này có thể khiến cho họ ở tù cả đời. Cho dù bà Liên bị đánh nhưng bà và những đồng chí của họ đã không ký.

Dù vậy, chính quyền Sài Gòn cũng đã tráo đổi tù nhân chính trị thành thường phạm và khi những tù nhân phản đối, thì cai tù đã sử dụng khí gas, bắn tù nhân và nhốt họ vào trong phòng cấm.

Điều kiện trong tù và cách đối xử đối với tù nhân thật khủng khiếp. Bà Liên bị cách ly trong một thời gian và những tù nhân khác bị giam trong những phòng giam chỉ có một cửa sổ nhỏ, đôi khi có tới 6 người. Nước rửa chỉ có một thùng nhỏ, và chậu dùng vệ sinh chỉ được thay 2 lần 1 tuần. Không có đủ nước để đánh răng và phụ nữ không có băng vệ sinh. Tù nhân bị cấm hát. Cai tù thì tàn bạo và lạm dụng, họ ném vôi bột vào tù nhân để trừng phạt họ. Nước được phát theo khẩu phần và thức ăn không đủ khiến cho tù nhân phải tuyệt thực. Tù nhân bị tấn công bằng hơi gas khiến cho họ bị bỏng. Vài người đã bị chết vì bị bỏng. Chỉ khi một phái đoàn người Mỹ đã tới thăm tù nhân, và nhất định phải gặp những tù nhân này, cùng với sự can thiệp của luật sư Ngô Bá Thành thì bà Liên cùng với những người khác mới được thả vào mùng 6 tháng 3 năm 1974. Bà đã bị tù trong 10 năm.

Bà Liên nói "sau khi tôi được thả, tôi đã được Chính phủ Cách mạng Lâm thời chăm sóc và sức khỏe được hồi phục. Sau đó, tôi làm việc tại Lộc Ninh như một người liên lạc tại Ủy ban Liên hợp Quân sự, để thực hiện Hiệp định Ngừng bắn Paris. Chúng tôi làm việc tại đây cho tới khi giải phóng thành phố Hồ Chí Minh. Tôi đã có thể ra Bắc để thăm cha tôi. Sau giải phóng, ông sống với tôi ở miền Nam. Căn nhà trước kia của ông thì ông trao lại cho những người đã sống ở đó trong 10 năm.

Sau đó, tôi trở lại và làm công tác xã hội - tôi làm cho một hội phụ nữ, và có trách nhiệm công tác hậu cần, thực hiện phân phối thức ăn và đồ viện trợ. Tôi vẫn làm cho Nhà nước và sau đó tôi nghỉ hưu."

Sau giải phóng, bà Liên lấy chồng và có 2 con trai, nhưng cũng đã sẩy thai 5 lần, có lẽ là do chất độc da cam và bị tra tấn trong tù. Chồng bà là đại tá quân đội. 2 con trai của bà đã tốt nghiệp tại các trường đại học tại Mỹ.

Bà Liên biết Ba Đen trong thời gian chiến tranh và gặp ông sau giải phóng. Bà coi ông là một đồng chí và đánh giá cao ông như là một người lãnh đạo dũng cảm và tử tế; và cũng tò mò về nhận xét của tôi đối với ông vì tôi đã thẩm vấn ông sau khi ông bị bắt. Tôi đã nói với bà là ông vẫn bình tĩnh cho dù ông đã bị thương, và rằng ông là một trong những lý do tôi quay lại Việt Nam để biết điều gì đã xảy ra với ông. Ông đã nổi tiếng với cuộc tấn công do ông lãnh đạo vào Đại sứ quán Mỹ. Đó cũng là một trong những bước ngoặt trong cuộc chiến tranh này.

Khi tôi hỏi bà Liên bà còn muốn nói điều gì nữa thì bà nói "Tôi mong tiếng nói của ông có thể giúp những nạn nhân chất độc da cam người

Việt và những nạn nhân bom mìn bị tàn tật -mất tay và chân. Tôi mong ông và tổ chức của ông (Cựu Chiến Binh vì Hòa Bình) có phần nào ảnh hưởng tới chính quyền Mỹ. Tôi cũng mong có cơ hội tới thăm nước Mỹ, vì con tôi đã ở đó."

Bà kết thúc ý kiến của mình bằng câu "Tôi rất vinh dự vì được gặp ông."

Michael và tôi cám ơn bà Liên vì cuộc phỏng vấn dài với bà và chúng tôi chụp vài kiểu ảnh với bà trong sân đầy nắng và lá trước khi rời đi.

Nguyễn Đức Hòa

Chiến sĩ Biệt Động

Nhà anh Nguyễn Đức Hòa cách khách sạn Tulips ở trung tâm Sài-Gòn nơi mà tôi đang ở một đoạn dài. Anh Hùng phải gọi điện thoại rất nhiều lần mới tìm ra đường. Cuối cùng chúng tôi cũng đợi ở một con đường cách nhà anh Hòa không xa lắm và đi theo một người lái xe gắn máy do anh Hòa gửi đến để hướng dẫn chúng tôi. Nhóm chúng tôi gồm có tôi, anh Hùng, và vợ của anh Hùng.

Cuộc phỏng vấn hóa ra lại rất dài, phải hơn 3 tiếng đồng hồ mới xong, phần lớn là những mô tả cụ thể của anh Hòa về kinh nghiệm huấn luyện và chiến đấu của mình. Anh Hòa cùng vợ đã chào đón chúng tôi rất nồng hậu và mời chúng tôi vào căn nhà vừa được sửa lại của anh. Chúng tôi được mời ngồi trên những chiếc ghế nhỏ và một ghế sa-lông. Sau phần giới thiệu ngắn gọn của tôi, anh Hòa đã trả lời rất nhiệt tình những câu hỏi ban đầu của tôi về cuộc sống của anh cũng như sự tham gia của anh trong đội Biệt Động.

Anh Nguyễn Đức Hòa sinh ngày 18 tháng 10 năm 1949 tại thị xã Vĩnh Long, tỉnh Vĩnh Long. Sau khi học xong tiểu học năm 1961, anh đậu kỳ thi vào đệ thất trường trung học công lập năm 1963, tương đương với lớp 6 bây giờ. Trong số các môn học, anh có học tiếng Pháp. Hòa nói rằng lúc đó anh mới 14 tuổi, không hiểu gì nhiều về chính trị, nhưng anh biết rằng chính quyền đang được Mỹ hỗ trợ. Chính quyền Mỹ khi đó không thực hiện đúng Hiệp định Giơ-ne-vơ, thay thế người Pháp dựng lên chính quyền Ngô Đình Diệm.

Cha của anh, một thành viên của Việt Minh, mất năm 1951. Năm 1961, bạn của cha anh, Tư Chu, chỉ huy của đội Biệt Động, quay về từ miền Bắc, đã liên lạc với gia đình anh và năm 1963 thì đưa anh lên Sài-Gòn, sống ở Củ Chi cùng với 20 lính giải phóng khác để chuẩn bị đi Tây Ninh. Sau vài tháng ở Củ Chi, ban quân báo Sài-Gòn - Chợ Lớn - Gia Định gửi anh vào chiến khu Dương Minh Châu để học về trinh sát, vũ khí (bao gồm cả súng trường không giật DKZ) và thuốc nổ.

Họ huấn luyện bằng súng trường, không giật 75mm, loại súng họ đánh giá rất cao ở tính đa năng của chúng, ứng dụng DKZ75, đắp mồ đất và đào rãnh thoát lửa, bắn theo kiểu canon 105. Cùng với những người vác đạn dược, súng có thể được khiêng bởi hai người. Việc huấn luyện trinh sát thì bao gồm việc xác định vị trí của quân đội Cộng Hòa, nhất là số lượng lớn quân đội Mỹ vừa đến ở Đà Nẵng (1965).

Sau khóa huấn luyện, anh Hòa được gửi tới tiểu đoàn 1 của khu Sài-Gòn - Gia Định, một tiểu đoàn đã tham gia rất nhiều trận đánh. Năm 1965, anh quay về Củ Chi làm lính địa phương. Năm đó, anh đã tham gia nhiều trận đánh gần Củ Chi, 2 trận đánh lại lực lượng Việt Nam Cộng Hòa và trận cuối với quân đội Mỹ. Trong tất cả các trận đánh, họ đều lập kế hoạch rất kỹ để ngay cả lúc đang đánh nhau thì vẫn có các hầm và kho để trú ẩn tránh máy bay oanh tạc. Trong trận cuối cùng với quân đội Mỹ, họ đã giết và làm bị thương nhiều lính Mỹ, bắn rớt 2 máy bay trực thăng, sau đó rút lui để bảo toàn lực lượng. Anh Hòa nhấn mạnh sự quan trọng của việc đào hầm trú ẩn ở chiến trường. Khi có thể, họ dùng những dụng cụ đào hầm của Mỹ. Hầm trú ẩn bảo vệ lực lượng tránh đạn pháo kích và máy bay oanh tạc. Anh Hòa trích dẫn câu "Đào sâu mới thấy râu Bác Hồ", nghĩa là phải giữ gìn tính mạng để còn sống sót mà chiến đấu.

Năm 1966-68, anh được chỉ định vào Sài-Gòn nhờ sự hiểu biết về thành phố của anh, và tham gia đội Biệt Động nhưng chỉ làm việc ở căn cứ Việt Cộng ở Củ Chi để xây dựng bàn đạp ở vùng đệm.

Năm 1967, anh huấn luyện và lập kế hoạch với đội Biệt Động cho trận tấn công dinh tổng thống với lực lượng gồm 15 người, gọi là đội 5. Mọi việc chuẩn bị đều được lên kế hoạch chu đáo với sự trinh sát trước, dự trữ vũ khí, kế hoạch dự phòng cũng như kế hoạch tấn công cụ thể. Họ được thông báo về cuộc Tổng tấn công Tết Mậu Thân và phải giữ cửa mở 2 giờ để chờ các tiểu đoàn mũi nhọn hỗ trợ.

Đội tấn công đi trên 3 chiếc xe, một chiếc Renault, một chiếc Simca, và một chiếc Citroen, chở cả đội cùng với súng trường, súng AK, súng B40, thuốc nổ TNT, C4, lựu đạn, thủ pháo và các vũ khí khác. Cuộc tấn công bắt đầu lúc gần 3 giờ sáng.

Mục tiêu của họ là cửa sau của dinh và việc của anh Hòa là cho nổ cánh cổng với thuốc nổ TNT. Anh tấn công vào cổng, giết 2 lính gác Việt Nam Cộng Hòa, nhưng khối thuốc nổ TNT không nổ nên họ phải vào bằng cánh cửa nhỏ hơn bên cạnh lô cốt. Anh Hòa đã bị thương trong cuộc đọ súng bên trong cổng nhưng không nặng lắm. Bên trong khu nhà, đội Biệt Động đã bắn liệt một chiếc xe bọc thép bằng B40, nhưng lúc này trời đã sáng, 7 người của đội Biệt Động bị bắn chết, gồm cả người chỉ huy, còn 2 người bị thương là anh Hòa và một thành viên Biệt Động nữa là chị Võ Thị Minh Nghĩa. Anh Hòa rút lui ra ngoài đường với các đồng đội của mình và gặp một chiếc xe jeep có 4 lính Mỹ. Anh ném một chiếc lựu đạn lên xe làm chết/bị thương nhóm lính này. Anh chụp chiếc súng đại liên M60 trên xe và bắn tiếp vào 2 chiếc xe jeep nữa đang tới. (Ghi chú của người biên tập: khi tôi hỏi anh về việc sử dụng súng tiểu liên M60 của Mỹ, Hòa nói rằng họ đã được huấn luyện sử dụng nhiều loại vũ khí khác nhau, trong đó bao gồm cả những loại do Mỹ sản xuất.)

Họ rút vào một tòa nhà 6 tầng đang xây dở dang gần đó và đem tất cả thuốc nổ và vũ khí vào trong. Các cuộc tấn công của Việt Nam Cộng Hòa/Mỹ bị đẩy lui với lựu đạn, thủ pháo, thuốc nổ TNT và vũ khí cầm tay. Một số lính Việt Nam Cộng Hòa bị tiêu diệt bên trong tòa nhà và vũ khí của họ bị lấy. Một đợt tấn công khác sử dụng xe cứu hỏa và thang cũng bị đẩy lui. Một trong số các Biệt Động đi với anh Hòa ở 3 tầng dưới là một người 40 tuổi tên thật là Lê Tấn Quốc còn có tên gọi thân mật là chú Bảy. Ông có một người con gái gần bằng tuổi với Hòa, tức khoảng 16 tuổi, và là một cơ sở bí mật ở nội thành. Ông không phải là thành viên của đội nhưng nhất quyết đòi theo. (Vào năm 1976, một bộ xương được tìm thấy trong tòa nhà mà họ đã chiến đấu, đó là anh Quốc, người đã giúp họ. Vẫn chưa tìm thấy được 7 chiến sĩ Biệt Động khác bị chết trong cuộc tấn công).

Do thuốc nổ TNT và đạn pháo kích từ bên ngoài, tòa nhà bị đổ sập nên 9 giờ tối đội Biệt Động chuyển qua một ngôi nhà khác gần đó. Khoảng 11 giờ sáng ngày hôm sau, do hết đạn dược, thức ăn và nước uống, họ đành phải đầu hàng. Một trong những điều đầu tiên lính Cộng Hòa hỏi là ai đã bắn súng đại liên. Khi anh Hòa trả lời là anh bắn, họ đã đánh anh. Đội Biệt Động bị bịt mắt, trói lại. Họ bị chuyển về Tổng Nha cảnh sát Đô thành Sài Gòn ở Trần Hưng Đạo, sau đó tới Tổng Nha cảnh sát Quốc gia, tiếp theo là khám Chí Hòa, và cuối cùng là Côn Đảo nơi họ bị tra tấn và nhốt vào chuồng cọp vì chống chào cờ và chống ly khai. Khi được thả ra, anh chỉ còn 40 kg và không thể đi được vì bị cùm chân; chân bị thương của anh đã bị teo cơ. Hơn 200 người khác cũng không thể đi được.

Theo quy ước của Hiệp Định Hòa Bình Paris năm 1973, Việt Nam Cộng Hòa thả tù binh từng lượt một, nhưng không hỗ trợ gì hết, trái với lời kêu gọi của Hiệp định, mà chỉ bỏ ở ngoài đường; trong trường hợp của anh Hòa là ở Biên Hòa.

Anh và các tù nhân khác được bà Ngô Bá Thành, một luật sư, giúp đỡ. Bà đã đưa anh và 14 tù nhân khác đến bệnh viện Phúc Kiến, nay là bệnh viện Nguyễn Trãi. Bà là người đã có công trong việc đưa ra ánh sáng câu chuyện về Côn Đảo, tra khảo và chuồng cọp, những chuyện trở thành câu chuyện ở tầm quốc tế. Anh Hòa được đưa vào vùng giải phóng. Ở đây anh được tiêm thuốc, trị liệu và tập đi trong vòng hai tháng, nhưng cỡ chân bị giảm vĩnh viễn do bị còng chân. Anh Hòa được điều động về Sài-Gòn đến ngày giải phóng năm 1975. Hòa được giải ngũ ra khỏi quân đội vào tháng 5 năm 1976.

Anh Hòa cũng đề cập đến việc người Mỹ đã sử dụng khối lượng lớn chất độc màu da cam, bom napalm, bom phốt-pho và bom cay; những loại bom đã tàn phá vùng thôn quê Việt Nam, cả người và các sinh vật khác. Anh Hòa đã ở trong khu vực bị ảnh hưởng của chất độc da cam.

Anh Hòa đã thử làm việc ở một nhà máy đường, chủ là một Việt Kiều Cam-pu-chia nhưng đến cuối năm 1976 thì mất việc vì công ty đóng cửa do nhà nước hạn chế tư sản. Sau đó anh lái xe hợp đồng. Năm 1979, anh cưới vợ và học làm nghề may từ vợ anh. Năm 1980, họ có một đứa con trai, kế tiếp là một con gái vào năm 1984 và một con trai nữa vào năm 1994, hiện đang học cao đẳng.

Nhà của anh Hòa vừa sửa lại, được Quận hỗ trợ 30 triệu và Phường hỗ trợ 20 triệu còn lại là nhờ sự giúp đỡ của bạn bè và gia đình. Anh Hòa nói rằng, "Đến giờ vợ tôi và tôi vẫn làm nghề may, nhưng cuộc sống của chúng tôi vẫn khó khăn lắm, chỉ đủ ăn".

Anh Hòa cũng nhắc rằng, "Như phim của cô Phong Lan nói về Biệt động Sài-Gòn: anh chị em tham gia lực lượng là hoàn toàn tình nguyện, họ coi thường cái chết. Sau này dù chính sách hậu chiến của nhà nước như thế nào, những người này tuy sống cuộc sống vất vả nhưng vẫn vươn lên mà sống. Bản thân tôi, rất nhiều anh em còn sống và cả những người đã chết cùng đơn vị với tôi, đến giờ vẫn không biết tên, quê quán, nhà họ ở đâu.

Đến cuối buổi phỏng vấn, anh Hòa bảo, "Bữa nay hân hạnh biết ông. Tôi cũng rất cám ơn khi ông rất nhiệt tình đến nhà. Hồi xưa mình không cùng một lý tưởng, lúc đó ông là lính Mỹ tôi là Việt cộng. Bây giờ hòa bình ông có điều kiện hơn tôi. Ông có thể giúp cho các thế hệ đi sau và nhân dân Mỹ hiểu về cuộc chiến đấu vì chính nghĩa của chúng tôi vì tự do và độc lập. Tôi rất cảm kích, rất ủng hộ ông. Vì cuộc chiến này là một sự trả giá quá đắt đối với người Việt, nhiều đau thương mất mát."

Chúng tôi kết thúc buổi phỏng vấn dài. Tôi tặng anh Hòa chiếc huy hiệu Cựu Chiến Binh vì Hòa Bình mà anh đang cầm trong tấm hình chụp chung với tôi. Lúc chia tay, anh Hòa và vợ anh nhã nhặn cám ơn tôi. Hùng và chúng tôi ra xe để bắt đầu chuyến đi dài trở về.

Mười Thân

Chiến sĩ Mặt Trận Dân Tộc Giải Phóng

Trong buổi phỏng vấn Mười Thân, ông nói với tôi "Thật không sai khi nói rằng đó là cuộc chiến tranh của nhân dân, khi bạn còn trẻ bạn muốn làm những điều đúng đắn. Thanh niên miền Bắc đã hi sinh lớn lao để vào chiến đấu tại chiến trường miền Nam. Không phải mọi người Mỹ đều xấu, nhưng khi Mỹ đưa quân sang xâm lược Việt Nam, chúng tôi làm theo lời Bác dạy 'Thà đấu tranh giành độc lập tự do còn hơn chết trong kiếp nô lệ'. Nếu không có câu nói đó của Bác, chúng tôi đã chẳng có dũng khí chiến đấu." Tôi biết tới Mười Thân đầu tiên là nhờ anh Nguyễn Trọng Hùng. Khi tôi chuẩn bị rời Việt Nam sau lần đầu ghé thăm lại nơi này kể từ khi tham gia quân ngũ năm 1967-68, Hùng gặp tôi ở Hà Nội và kể cho tôi nghe về Mười Thân, người bị giam giữ ở Côn Đảo cùng với Ba Đen.

Sau chuyến thăm Việt Nam lần thứ 2 năm 2013, tôi có cơ hội gặp Mười Thân. Chúng tôi gặp nhau tại một văn phòng nhỏ của Ủy ban Biệt Động, ở một cơ sở quân sự trên đường Cách Mạng Tháng 8, trước kia là đường Lê Văn Duyệt, quận 10, Thành phố Hồ Chí Minh. Từ đây, chỉ cần di chuyển chưa đầy 2km là tới địa chỉ cũ của Trung tâm Thẩm vấn Quân sự Liên hợp trên phố Tô Hiến Thành, gần trường đua Phú Thọ, nơi tôi đã thẩm vấn các tù binh chiến tranh và chiêu hồi năm 1968. Ngoài Mười Thân, tôi còn được gặp khoảng 6 thành viên khác của Ủy ban Biệt Động. Trong buổi gặp gỡ đó, họ làm quen với nhau và đồng ý trả lời phỏng vấn của tôi cùng với một người lính Biệt Động. Sau buổi gặp mặt, vợ anh Hùng là chị Dung đã dịch lại toàn bộ nội dung. Hai tuần sau, tôi đã có cuộc trò chuyện đầu tiên với Mười Thân. Giống như tôi vẫn làm khi phỏng vấn những người khác, tôi tự giới thiệu mình là một cựu binh Mỹ muốn lắng nghe những câu

chuyện đời thực của những người lính Việt tham gia kháng
chiến chống Mỹ và tìm hiểu nguyên nhân vì sao họ tham chiến.

Mở đầu, Mười Thân kể về gia đình ông và quá khứ của ông.
"Tôi sinh ra ở Sài-Gòn và là con út trong gia đình có 10 anh chị
em. Bố mẹ đặt tên tôi là Mười, như cách mà người miền Bắc vẫn
hay đặt tên con. Gia đình tôi gốc ở Hải Phòng. Năm 1934, sau khi
mẹ tôi sinh hạ được 6 người con, bố tôi phải xa gia đình đi làm
công nhật để trả sưu cao thuế nặng, nhất là Thuế vốn hóa do
thực dân Pháp áp đặt. Ban đầu, ông tới làm việc tại một đồn điền
cao su ở Campuchia, tới năm 1936 thì vào một đồn điền ở
Huyện Dầu Tiếng. Năm 1938, bố tôi trốn lao động khổ sai ở đồn
điền và đi làm thợ xây ở Sài-Gòn. Ông chắt chiu từng đồng và bắt
tàu về quê thăm vợ con năm 1940. Ông chỉ có đủ tiền đưa vợ và
3 người con nhỏ tuổi nhất về Sài-Gòn, rồi ở đó 4 người con nữa
ra đời. Tôi sinh năm 1944." Do Hiệp định Geneva năm 1954,
những người con còn lại phải ở lại miền Bắc. Mười Thân được đi
học và học hết cấp 3. Ngoài giờ lên lớp, ông cũng theo bố làm
thợ xây, chủ yếu là làm thợ nề nhưng cũng kiêm công việc của
thợ mộc lẫn thợ điện. Số tiền ông kiếm được giúp ông trả hết nợ
cho Quân lực Việt Nam Cộng hòa và không phải đi quân dịch
theo lệnh của Việt Nam Cộng hòa.

Năm 1964, Mười Thân được chính anh trai mình kết nạp
vào lực lượng Biệt Động. Khi được hỏi lý do gia nhập Biệt Động,
ông đáp "Đó là điều rất tự nhiên thôi vì gia đình tôi tham gia Việt
Minh ở miền Bắc. Mẹ tôi lo chuyện cơm nước cho Việt Minh, các
anh tôi cũng tham gia Việt Minh".

Tuy vậy, cấp trên của Mười Thân đánh giá cao sự tháo vát và
kiến thức của ông nên đề nghị ông ở lại thành phố và gia nhập
lực lượng Biệt Động ngầm với bí danh Y 12. Mười Thân cho hay
"Lúc đó (năm 1965), trong khi những người trạc tuổi tôi muốn ở
lại thành phố, và cách tốt nhất để họ có thể tự do đi lại với tư
cách là thành viên của lực lượng kháng chiến đó là gia nhập lực
lượng Việt Nam Cộng hòa, thì tôi lại được đào tạo nghiệp vụ
thủy thủ, đầu tiên là phục vụ ở Nha Trang trong 3 tháng, sau là ở
Ba Son. Trong 6 tháng, tôi là một sĩ quan được đào tạo về cách

sử dụng mìn, kíp nổ và vũ khí cầm tay. Tôi tận dụng cơ hội để di chuyển giữa các căn cứ và vẽ sơ đồ bố trí quân sự. Tôi cũng là một vũ công giỏi nên tôi đã tới hầu hết các quán bar và câu lạc bộ khiêu vũ nổi tiếng ở Sài-Gòn như Metropole hay các câu lạc bộ trên phố Rue Catinat hay là Tự Do. Tôi có nhiều cơ hội gặp gỡ lính Mỹ cũng như lính Cộng hòa và thuật lại cho chỉ huy của mình".

Năm 1968, Mười Thân được phân công sang đơn vị hoạt động bí mật A54, và trong Cuộc Tổng tiến công và nổi dậy Tết Mậu Thân, ông là một trong số những người lính tham gia tấn công Cổng 4 thuộc Căn cứ Không quân Tân Sơn Nhất, gần Tổng Tham mưu Liên quân Sài-Gòn. Cuộc tấn công này kéo dài 4-5 tiếng nhằm đánh lạc hướng địch, sau đó lực lượng kháng chiến rút lui. Mười Thân không bị thương và danh tính của ông cũng không hề bị bại lộ. Sau đó, ông trở lại làm thủy thủ của lực lượng Việt Nam Cộng hòa.

Năm 1968, Mười Thân cưới Lâm Xuyên và họ có con trai đầu lòng năm 1969. Thời điểm đó, bà Xuyên không hề hay biết rằng chồng là thành viên của lực lượng kháng chiến. Khi biết chuyện này, vì lo lắng cho sự an nguy của mình, bà bỏ ông và chạy trốn tới khu an ninh ở ngôi làng nơi gia đình bà sinh sống.

Tháng 5/1969, Mười Thân trao sơ đồ bố trí quân sự mà ông phác thảo ra cho Mười Lý, một người đồng chí thuộc lực lượng Biệt Động Y12. Rồi Lý lại đưa tài liệu này cho một người anh em họ, người này đã lỡ đánh rơi nó trên đường khi vừa say xỉn vừa lái xe máy. Sơ đồ được tìm thấy và giao cho Cảnh sát Quân đội, rồi người anh em này bị bắt. Anh ta khai ra Mười Lý, sau đó Mười Lý cũng bị bắt và tra tấn dã man, rồi cuối cùng cũng khai ra Mười Thân. Dù bị bắt và tra tấn nhưng Mười Thân vẫn luôn khăng khăng rằng từ đầu chí cuối sơ đồ đó không liên quan gì tới ông. Vì ông một mực không nhận tội và cũng không có bằng chứng nào kết tội ông, Mười Thân bị tống vào trại giam Băng Ky, sau đó là trại giam Chí Hòa, nơi thường chỉ dành cho tù chính trị. Sau này, ông được đưa ra Côn Đảo, nơi giam giữ Ba Đen, một trong số ít những người còn sống sót sau cuộc tấn công vào Tòa

Đại sứ Mỹ vào Tết Mậu Thân 1968. Mười Thân nói rằng những lần tra tấn và những gì ông bị tước đoạt vẫn có ảnh hưởng rất lớn tới cuộc đời ông, nhưng ông không kể chi tiết.

Năm 1973, Hiệp định Paris được kí kết, Mười Thân cùng với nhiều người khác được trả tự do. Ông tiếp tục sự nghiệp kháng chiến tại Căn cứ Củ Chi với tư cách là một liên lạc viên/trinh sát và một Trung úy. Năm 1974, ông kết hôn và lại giấu người vợ này mối quan hệ giữa ông với lực lượng Biệt Động. Gia đình của người vợ này có mối liên hệ mật thiết với chính phủ và có nhiều người sống tại Mỹ. Một trong số các con gái của ông kết hôn với người Mỹ và hiện sinh sống ở California. Năm 1975, với ngày giải phóng đang tới gần và chế độ Sài-Gòn sắp sụp đổ, và vợ và bạn bè của ông vô cùng sợ hãi khi hay tin rằng chính quyền sẽ rút hết móng tay của những người phụ nữ sơn móng tay. Mười Thân nói rằng điều đó sẽ không xảy ra. Ông cho họ xem khẩu súng lục K-54 và tiết lộ rằng mình là một điệp viên mật của lực lượng Biệt Động. Khi nhắc lại chuyện này, ông mỉm cười. Người vợ thứ 2 của ông sau đó đã qua đời, nhưng khi phỏng vấn, ông đi cùng một người phụ nữ khác, là một sĩ quan quân đội đã về hưu.

Kết thúc buổi phỏng vấn, Mười Thân cảm ơn tôi và nói rằng thế hệ trẻ nên biết sự thật và những câu chuyện về Việt Nam. Ông nói ông sống rất hạnh phúc và trân trọng những người bạn như tôi. Giống như nhiều người Việt khác, MườiThân cũng lái xe máy, và sau buổi phỏng vấn tại Ủy ban Biệt Động, ông cài dây mũ bảo hiểm, leo lên xe và hòa vào dòng người đi lại hỗn độn ở Sài-Gòn, ghé thăm vườn vú sữa nhỏ của ông ở Cần Thơ.

Một ngày trước khi tôi rời Việt Nam, Mười Thân và tôi tới nghĩa trang quân đội nơi chôn cất Ba Đen. Chúng tôi đi bằng ô tô và lái xe là do anh Hùng giới thiệu. Mười Thân biết là năm trước đó tới Việt Nam, tôi chưa có dịp ghé thăm mộ của Ba Đen mà nhờ anh Hùng và Michael thay tôi đặt một bát hương trước mộ của ông để tỏ lòng kính trọng tới người mà tôi đã thẩm vấn sau Tết Mậu Thân 1968. Chính vì Ủy ban Biệt Động rất trân trọng thái độ thành kính đó của tôi mà tôi đã được gặp gỡ và phỏng vấn những người lính Biệt Động năm nào. Tiến vào nghĩa trang, chúng tôi bước qua một cánh cổng lớn, mái được tạo nên từ các lớp ngói xếp chồng lên nhau với các góc vút lên theo phong cách Hán Việt. Lối đi được lát đá và các ngôi mộ đá hoa cương bóng loáng nằm thẳng hàng nhau.

Đâu đâu cũng có thể trông thấy các bụi cây, khóm cây đang ra hoa và nhiều ngôi mộ được bày biện hoa tươi. Chúng tôi thắp hương và đặt trước mộ Ba Đen những bông hoa tươi để tỏ lòng kính trọng. Trên đường trở về khách sạn của tôi, chúng tôi dừng lại tại Thảo Cầm Viên. Ở đó, Mười Thân chỉ cho tôi quán cafe nhỏ, thời chiến tranh đây là nơi thu thập thông tin của các điệp viên mật thuộc lực lượng Biệt Động. Quân đội Việt Nam Cộng Hòa và quan chức chính phủ thường tới đây bàn bạc và các cuộc trò chuyện giữa họ cung cấp thông tin tình báo cho lực lượng kháng chiến. Khi ngồi trò chuyện tại quán cafe, Mười Thân cho hay con trai của Ba Đen cũng có thời gian làm việc ở đây. Điều này khiến tôi rất ngạc nhiên vì đáng ra tôi nên dành thời gian gặp anh ấy. Lần đầu tôi trở lại Việt Nam cũng là vì muốn tìm hiểu thêm về ông cụ thân sinh ra anh. Đó là một trong những điều tôi cần làm khi trở lại Việt Nam, bên cạnh việc trò chuyện với vợ của Ba Đen ở Mỹ Tho? Khi chuẩn bị rời quán cafe, tôi trông thấy cuốn lịch khổ lớn trên tường có bức hình đại tướng Võ Nguyên Giáp nhân dịp kỉ niệm 60 năm chiến thắng của Việt Minh trước thực dân Pháp tại Điện Biên Phủ năm 1954. Tôi tiến lại gần và Mười Thân hỏi tôi có muốn mang nó về không. Tôi nói "Tất nhiên rồi" và ngỏ ý trả tiền mua nó. Ông liền tiến lại phía bức tường, với tay lấy nó xuống, và tôi ngạc nhiên nhìn ông cuộn nó lại và đưa cho tôi mà từ chối nhận tiền. Tôi chân thành cảm ơn ông. Đó quả là vật kỷ niệm ý nghĩa trong cuộc gặp gỡ lần cuối của chúng tôi. Giữa tôi và Mười Thân có mối liên hệ sâu sắc hơn là tôi tưởng tượng. Chúng tôi cùng sinh năm 1944, cùng làm việc ở công trường, và khi tôi trú đóng tại Sài-Gòn/Chợ Lớn, có lẽ con đường chúng tôi đi đã nhiều lần giao nhau khi chúng tôi ghé thăm các quán bar và câu lạc bộ trên Plantation Road và phố Tự Do. Tôi rất mong được gặp ông lần nữa khi trở lại Việt Nam.

Tiểu sử Ba Đen

Cực điểm của Chiến tranh Việt Nam là chiến dịch Tổng tấn công Tết Mậu Thân năm 1968 và cuộc tấn công của lực lượng Biệt Động vào Đại sứ quán Hoa Kỳ tại Sài Gòn. Ba Đen là một trong những người chỉ huy cuộc đột kích đó, và ông ta là một trong ba người đã thoát chết trong số lực lượng tấn công 16 người.

Ba Đen được ông bà đặt tên là Ngô Văn Giang nhưng tương tựa hầu hết các chiến binh kháng chiến Việt Nam ông cũng có một số tên khác. Ngôi mộ của ông tại Nghĩa trang Liệt sĩ Hồ Chí Minh tại Sài Gòn mang tên Ngô Thanh Vân, tiểu sử đảng của ông đặt tên khai sinh là Ngô Văn Văn và bí danh là Nguyễn Văn Đồng.

Sinh năm 1925 trong vùng Đồng bằng sông Hồng tại làng Hòa Lương, huyện Thượng Tín, tỉnh Hà Tây, cách Hà Nội khoảng 50 km về phía tây nam, Ba Đen đã sinh sống 18 năm trong làng và làm thợ rèn trước khi di cư về miền nam theo mẹ Đỗ Thị Yến, người dì và anh em tên Ngô Văn Phong và Ngô Văn Hiệp. Cha của ông, tên Ngô Văn Chu, đã tự tử vì quá nghèo khổ.

Sau khi đến Sài Gòn Ba Đen đã gia nhập Thanh Niên Tiền Phong, một bộ phận của Việt Minh miền Nam và ông trở thành đảng viên vào năm 1948. Ít lâu sau khi vào nam Ba Đen đã kết hôn với Bùi Thị Nam và có sáu người con: Ngô Thị Sâm, Ngô Việt Hùng, Ngô Thị Nhung, Ngô Việt Dũng, Ngô Quốc Tuấn, và Ngô Việt Thọ. Tất cả gia đình của Ba Đen, sáu người con và người mẹ, đã tham gia kháng chiến. Con gái ông, Ngô Thị Nhung, đã thiệt mạng tại Củ Chi trong một cuộc không kích của quân đội Mỹ.

Theo Sâm và Thọ, hai người con của Ba Đen đã được phỏng vấn cho tiểu sử này, động lực của ông khi tham gia kháng chiến là lòng yêu nước và sự chống đối kẻ thù xâm lược nước ngoài. Mặc dù được mô tả là nóng tính và quyết đoán, và mặc dù đã bị giam cầm hai lần trong nhà tù Chí Hoà, 1951-1954 và 1958-1960, Ba Đen đã từng là ủy viên, thư ký và chỉ huy các cuộc tấn công đặc biệt.

Vào năm 1963, với tư cách là chỉ huy của Đội 159, dưới sự kiểm soát của F100, ông đã tổ chức cuộc tấn công Rạp Kinh Đô, giết chết một số người Mỹ. Khi thoát chết sau cuộc tấn công Đại sứ quán Hoa Kỳ, Ba Đen đã tự hỏi tại sao "ông trời lại để anh sống".

Sau giải phóng, trong một bài viết trong Mậu Thân Sài Gòn, đồng chí Ba Đen từng tâm sự: "...Tôi không hề quên những hình ảnh đẫm máu về trận Đại sứ quán Hoa Kỳ. Tôi nhớ từng khuôn mặt, từng lời nói. Tôi đã từng nghĩ: các tướng chỉ huy hàng chục ngàn quân khi hy sinh vài chục binh sĩ không hề biết...những gì trong trái tim của những đồng chí đó."

Ba Đen đã trải qua 5 năm tù đày trong nhà tù Phú Quốc, làm cho ông hốc hác và hầu như không thể đi đứng như thường, cũng như nhiều bạn tù của ông. Ông được phái ra miền Bắc để hồi phục vào năm 1973, lại trở về miền Nam vào tháng 1 năm 1975, làm một đội trưởng của Trung đoàn 316, Sài Gòn. Năm 1975, ông tái hôn, giữa sự phản đối của con cái. Và trong một tình huống trớ trêu độc ác, sau khi sống sót chiến tranh và tù đày, ông đã chết trong một tai nạn giao thông trên cầu Chữ Y, Chợ Lớn. Ông ta đang lái một chiếc Honda 67 và một tài xế xe tải, một người lính mới về thành phố từ rừng xa, quay xe ẩu và đâm vào xe máy của ông.

Như được đề cập trong một số câu chuyện trong cuốn sách này, Ba Đen được các đồng đội của mình kính trọng và ngưỡng mộ và vẫn là một trong những anh hùng nổi tiếng của Kháng chiến miền Nam.

Tiểu sử tác giả

Michael Dedrick sinh năm 1944 ở Alturas, California và lớn lên ở Klamath Falls, Oregon với anh tên là Tony, chị tên là Mary Ann, và cha mẹ tên là Eva Pericle và Robert Dedrick. Ông dọn về Seattle, Washington với gia đình năm 1963. Ông nhập học trường Đại học Tiểu bang Washington (University of Washington) và làm việc trong ngành xây dựng để trả học phí. Tháng 3 năm 1966, ông bị đuổi khỏi trường vì điểm thấp và do đó mất phép hoãn dịch. Ông bị tuyển vào quân đội Hoa Kỳ, được điều về Fort Holabird, Baltimore, Maryland để được huấn luyện thành phân tích viên tình báo và tra khảo viên. Sau đó, ông được chuyển về Fort Bliss, ở El Paso, Texas để học tiếng Việt. Đến Việt Nam năm 1968, ông được đưa về Tiểu đoàn Tình báo Quân sự 519 và làm việc với chức vụ tra khảo viên kiêm ngôn ngữ gia tại Trung tâm Thẩm vấn Quân sự Hỗn hợp ở Sài-Gòn, Chợ Lớn. Ông có mặt ở vùng Sài-Gòn, Chợ Lớn trong cuộc tấn công Tết Mậu Thân và cuộc tấn công tàn phá mãnh liệt vào tháng Năm. Sau khi giải ngũ, ông quay trở về Seattle, hoàn thành bằng đại học về sử học ở trường Đại học Tiểu bang Washington vào năm 1971. Không tìm được việc làm trong ngành sử học, ông quay lại ngành xây dựng và trở thành một thầu khoán tu sửa nhà cửa trong hầu hết cuộc đời làm việc của ông cho đến khi ông về hưu năm 2012.

Là một nhân chứng của chiến tranh, nỗi đau buồn và sự tức giận đã khiến ông trở thành một thành viên của hội Cựu Chiến Binh Chống Chiến Tranh với chức vụ Điều Phối Viên Khu Vực Washington-Alaska năm 1971-1972. Từ năm 2003 đến nay, ông là thành viên của hội Cựu Chiến Binh vì Hoà Bình, chi nhánh 92, Seattle và đã là chủ tịch đầu tiên của chi nhánh. Trên cương vị một cựu chiến binh chống chiến tranh, ông đã tham gia và tổ chức nhiều hội nghị, hội thảo, và những buổi thảo luận về chiến tranh, chủ nghĩa quân phiệt, và hoà bình. Năm 1983, ông kết hôn với Mary Kay, một nhân viên thư viện, và họ sống ở Seattle. Khi không đi du lịch với vợ, ông nấu ăn, làm vườn, tu sửa ngôi nhà mà ông đã trì hoãn cả 20 năm, và tiếp tục tham gia các hoạt động của hội Cựu Chiến Binh vì Hoà Bình.

Lời Cảm Ơn

Người đầu tiên mà tôi gặp ở Việt Nam dẫn đến ý tưởng của quyển sách này là Lê Văn Tày. Hoàn cảnh của cuộc gặp gỡ đó đã được trình bày ở Lời Giới Thiệu. Cũng như nhiều điều khác trong cuộc sống, cuộc gặp gỡ tình cờ đó dẫn đến người khác và cuối cùng đến những chiến sĩ mà những mẩu chuyện của họ trở thành trọng tâm của quyển sách này. Có rất nhiều người đã rộng rãi đóng góp để quyển sách này trở thành sự thật, nhất là Michael Abadai, Nguyễn Hồng Trung, và Vũ Thị Xuân Dung. Những mối liên lạc của anh Trung đã dẫn đến Câu Lạc Bộ Biệt Động, và qua họ đến tám người chiến sĩ MTGP. Ngàn lời cám ơn đến Câu Lạc Bộ Biệt Động đã tin tưởng và tín cậy tôi để tôi có thể có những cuộc phỏng vấn này.

Tôi quay trở về Mỹ với những cuộc phỏng vấn cần được ghi chép lại, dịch, và biên tập bằng tiếng Anh, rồi dịch lại tiếng Việt. Tôi không thể nào thực hiện được quá trình này nếu không có mạng thông tin của Nhóm Việt Nam Học (Vietnam Studies Group – VSG), một nhánh của Hội Đồng Đông Nam Á Học (Southeast Asia Council) thuộc Hội Á Châu Học (Association of Asian Studies). Mục đích của mạng thông tin này là để cung cấp thông tin cho các cuộc nghiên cứu và giảng dạy về Việt Nam. Mạng này được bà Judith Henchy, Thư Viện Trưởng của Khu vực Đông Nam Á tại Thư viện của Trường Đại học Tiểu bang Washington ở Seattle điều phối. Mặc dù là một cựu chuyên viên phân tích, tra khảo kiêm ngôn ngữ gia, sau 50 năm không dùng, tiếng Việt của tôi đã hao mòn và tôi đã tìm đến mạng VSG, đăng đại cương việc mình muốn làm, và yêu cầu sự giúp đỡ miễn phí. Tôi đã rất hài lòng với sự đáp ứng của mười mấy người Việt, hầu hết sinh trưởng ở miền Nam.

Trong số họ có Lê thị Thường, Thắng Phạm, Minh Phương, Hương Nguyễn, Thu Tâm Trịnh, Thiều Hoa Phan, và Nguyễn Hồng Bắc. Lê thị Thường, một trong những người đáp ứng sớm nhất đã tiếp tục với nỗ lực này trong suốt 5 năm, và cuối cùng đã biên soạn bản thảo cuối cùng bằng tiếng Việt để nộp cho nhà xuất bản. Charles Wheeler hiện là chuyên gia biên tập ở Tây Ban Nha đã đóng vai trò then chốt trong việc biên soạn bản tiếng Anh.

Một trong những người ủng hộ quyển sách này sớm nhất là Giáo sư Christoph Giebel của Trường Quốc tế Học Henry M. Jackson (chuyên về Việt Học) và Khoa Sử học (chuyên về Đông Nam Á) tại Trường Đại học Tiểu bang Washington ở Seattle. Tôi biết Giáo sư Giebel qua việc làm khách thuyết trình trong các lớp học của giáo sư ở Trường Đại học Tiểu bang Washington. Christoph đã giới thiệu tôi với Giáo sư đã về hưu William Turley của Đại học Nam Illinois và là tác giả của quyển sách Chiến tranh Đông Dương thứ Hai (The Second Indochina War). Cả hai giáo sư đã nồng nhiệt viết thư ủng hộ đề xuất của quyển sách này đến Nhà Xuất Bản Trường Đại Học Kentucky (University Press of Kentucky).

Edwin E. Moise, Giáo sư Sử học tại Trường Đại Học Clemson (Clemson University), và tác giả của quyển sách Những Ngộ Nhận về Tết [Mậu Thân] (The Myths of Tet) và nhiều tác phẩm khác đã tử tế đọc bài tóm tắt về quyển sách của tôi, đề nghị vài sửa đổi, và khuyến khích việc nộp cho NXB Trường Đại Học Kentucky.

Martha Gies, tác giả và biên tập viên, đã giúp ích rất nhiều cho việc chuẩn bị quyển sách để nộp lần đầu, và cũng qua sự giúp đỡ của bà mà đề xuất của quyển sách đã có được vẻ chuyên nghiệp đưa đến việc chấp thuận của NXB Trường Đại Học Kentucky. Những lớp huấn luyện của bà đã có ích trong việc duyệt một phần của bản thảo.

Cuối cùng, nhưng không kém phần quan trọng, là lời đa tạ đến vợ tôi, Mary Kay Feather, là nhà văn thật sự trong gia đình, và là người đã không tiếc thời gian của mình để đọc, khuyến khích, và biên tập quyển sách.

About the Author

Michael Dedrick was born in 1944 in Alturas, California, and grew up in Klamath Falls, Oregon, with his brother, Tony, sister, Mary Ann, and parents, Eva Pericle and Robert Dedrick. Michael moved with his family to Seattle, Washington, in 1963, where he entered the University of Washington and worked in the building trades to support his college tuition. In March 1966, having lost his student draft deferment after flunking out of college, he was drafted into the US Army, sent to Fort Holabird in Baltimore, Maryland, for intelligence analyst and interrogation training, and then assigned to Fort Bliss, Texas (El Paso) for Vietnamese language school. Arriving in Vietnam in early 1968, he was assigned to the 519th Military Intelligence Battalion to work as an interrogator-linguist with the Combined Military Interrogation Center in Cholon, Saigon, Vietnam. He was present in the Cholon, Saigon, area for the Tet and massively destructive May offensives. After his discharge from the army, he returned to Seattle and finished his undergraduate degree in history at the University of Washington in 1971. Finding no work as a history graduate, he returned to the building trades and spent most of his working life as a remodeling contractor, retiring in 2012.

His sadness and anger as a witness to the war led him to become a member of Vietnam Veterans Against the War, serving as regional coordinator for the Washington–Alaska Region in 1971–1972. He has been a member of Veterans for Peace, Chapter 92, Seattle, since 2003 and served as that chapter's first president. As an antiwar veteran he has participated in and organized numerous public conferences, panels, and other public discussion events related to war, militarism, and peace. Married to librarian Mary Kay Feather since 1983, he lives in Seattle and, when not traveling with his wife, cooks, gardens, works on the twenty years of deferred maintenance on his home, and continues his involvement with Veterans for Peace.

In October 2017 he participated in a panel at the University of Washington sponsored by Veterans for Peace and the Southeast Asian Center, Henry M. Jackson School of International Studies, entitled *Ken Burn's Vietnam Series: Critical Reflections by Veterans and Academics*. It can be seen here: https://www.youtube.com/watch?v=PNJo2pPxLlI.

The magazine *Mekong Review* published Michael's essay on the Biet Dong project under the title "Heroes of Tet" (mekongreview.com/heroes-of-tet/). He also presented a paper titled "The NLF/Biet Dong Narratives and Saigon Tet Attacks" at Texas Tech in April 2018 as part of a panel on the 1968 Tet Offensive, using the Biet Dong narratives as source material.

Currently he is working on a memoir of his military service.